निजगंधा

श्रीकृष्ण कुलकर्णी

BlueRose ONE.com
Stories Matter
NewDelhi • London

BLUEROSE PUBLISHERS
India | U.K.

Copyright © Shrikrishna Kulkarni 2024

All rights reserved by author. No part of this publication may be reproduced, stored in a retrieval system or transmitted in any form or by any means, electronic, mechanical, photocopying, recording or otherwise, without the prior permission of the author. Although every precaution has been taken to verify the accuracy of the information contained herein, the publisher assumes no responsibility for any errors or omissions. No liability is assumed for damages that may result from the use of information contained within.

BlueRose Publishers takes no responsibility for any damages, losses, or liabilities that may arise from the use or misuse of the information, products, or services provided in this publication.

For permissions requests or inquiries regarding this publication, please contact:

BLUEROSE PUBLISHERS
www.BlueRoseONE.com
info@bluerosepublishers.com
+91 8882 898 898
+4407342408967

ISBN: 978-93-6452-411-7

Cover Design: Sadhna Kumari
Typesetting: Pooja Sharma

First Edition: October 2024

समर्पण

माझे वडील श्री रामचंद्र कुलकर्णी यांना भावारती सह समर्पित.

राम नाम ते गुणास साजरे
चंद्र शीतल प्रसन्न मुखाते
रामचरित अविष्कारांते
पूज्य तुम्हां ते कुटुंब पुजते

शब्दांची गुंफून माळा
भाव सुगंधी दरवळला
सदा तृप्त स्थितप्रज्ञ जाणला
यज्ञ पुत्र हा मनात पुजला

काव्य ज्योत मी हृदयामधली
दिव्य प्रभा ती हाती घेतली
मज रित्या हृदयी स्पंदन गाती
ओवाळतो तुम्हा आरती

आशीर्वाद ते आम्हांस द्यावे
परमार्थी हे चित्त राहावे
सत्य अंतिमा जाणावे
ऊर्ध्व गती ते विकास पावे

प्रस्तावना

आजतागायत झालेले ज्ञानमार्गी, सत्यशोधक या साऱ्यांनी ज्ञानमय सागरातील बिंदू आपल्या प्रतिभासंपन्न आकाशात नेऊन आपल्या मनावर त्यांचं सिंचन केलं. सर्वत्र चिरमूल्यांची हिरवळ निर्माण केली. त्यातून अनुभव विश्व घडत जाते आणि काव्याचे झरे उत्पन्न होतात. त्या साऱ्या ज्ञात अज्ञात विभूतींना कोटी कोटी प्रणाम.

या काव्यसंग्रहातील कविता निज दर्शना बरोबरच निसर्ग, प्रेम, विविध तात्विक विषय यांना स्पर्श करून जातात. त्यातील काही कविता नैराश्यातून आशावादाकडे नेतात. आयुष्याच्या वेगवेगळया टप्प्यावर निर्माण होणाऱ्या जाणिवा, प्रश्न यात शब्दबद्ध केलेले आहेत.

प्रत्येक कविता हि वाचकांच्या मनात नव्या अनुभूती जागृत करेल अशी मला आशा आहे.

अनुक्रमणिका

चंद्रबिंब 1

दिव्यांगी 2

अंधार 3

आकाश 5

वृक्षात्मा 6

गर्भजल 7

पर्ण 9

गीतगुंजन 10

स्वप्नमय 11

अशोक 12

भोवरा 16

जलवलय 17

जगत 18

सकाळ 19

पिसारा 20

रिकामा 22

तरंग 23

गूढ 24

क्षितिज 25

मुक्तेच्छा 26

क्षणबिंदू 27

पाकळी	28
धारा	29
संकेत	30
दुःख	31
अस्तित्व	32
लॉगिन	33
शब्दप्रवाशी	34
तू	36
हुरहूर	38
तारे	39
विभक्ती	40
आर्त	42
अगम्य	43
विस्मृती	45
आभाळ	46
बोळवण	47
उपवास	48
संघर्ष	49
चिंता	50
बिंदुमय	51
चाल	52
मृत्यू	55
प्रत्यंचा	57
ध्यानबिंदू	58

कडा आणि समुद्र	59
ज्योत	61
अंतःकरण	63
दिव्य	64
दैत्य	65
एकाकी	67
धुके	68
नाते	69
स्थित्यंतर	70
चंद्रकोर	71
मना	72
भंग	73
थवा	74
ध्यान	75
गर्व	77
श्वान	78
दिव्य भरले नजरी	80
तमस	82
पुष्प	84
रोबोट आणि राक्षस	85
व्याकुळ	87
वर्ष	88
रुसवा	89
जाया	90

सहेली	91
अगम्य	92
अबाधित	93
काव्य	94
शोध	95
देहात्मा	96
प्रभा	98
आनंद	99
मुक्त	100
चिमणं	102
घरटे	104
वेध	106
चित्रमहाल	107
अस्तित्व	109
आभाळदर्शन	110
नियती	112
सायंकाळ	114
संवाद	116
स्वतंत्रता	118
जन्मदिन	120
दुरावा	121
अंकुर	122
स्त्री	123
विक्षिप्त	125

रजनी	126
प्रतिबिंब	128
अमृता	130
मर्यादा	131
अपूर्ण	133
बाजार	134
घड्याळ	136
उद्वेग	137
अवसाद	138
जात	139
स्वप्न	140
प्रीतमुर्ती	141
मायावी	143
कालौघ	144
दुःखा	146
जीवात्मा	148
पुतळे	149
स्मित	151
संवेदना	153
प्रीत	155
मधुरस	157
सहस्रक	159
भाऊ	161
नादब्रह्म	163

हुंदका	164
पंख	165
तारुण्य	166
हतबल	167
अनामिका	168
करडं	169
एकांत	171
ज्ञानमार्गी	173
मनगा	175

चंद्रबिंब

पौर्णिमेचा पूर्णबिंब चमकदार चंद्र दिसे
बाजूला रात्र काळी एक चांदणी त्यात वसे

धवल चंदेरी द्रवातूनी नुकतेच ते काढले
स्वच्छ इतुके चंद्रबिंब ते सौंदर्यात नाहीले

पर्ण संभार वृक्षाचा शाखांच्या गर्दीतूनी
त्यातून ते चित्र दिसे तेज फाके फटीतूनी

ध्यान लागे पाहुनी वैभव काळ्या रात्रीचे
चित्ती झिरपे द्रव्य त्या शीतल चांदण्याचे

मदिराच असे जणू शलाकेतूंनी उतरे चित्ती
चांदण्याचे पेय पिउनि नशे मय झाली वृत्ती

असे कोणते पात्र ज्यात मी ओतुनी घेईन
तेज साठवून चांदण्यांचे नेमे पीत जाईन

मन जाई झिरपून ज्यात असे द्रव्य ते जादुई
चांदण्या चुंबुन जाण्या मजला गवसणी देई

विरघळून इंद्रिय जाता कैवल्य जेथे केवळ उरे
मनास काही नसे आशय भीती चिंता पूर्ण सरे

दिव्यांगी

पदरी होते माऊलीच्या सुंदर एक दिव्यांगी मूल
दोष असे हा तिचा ना त्याचा निसर्गाची भूल
स्पर्श करे माऊली अन ते खेळे आनंदात
हसते अन रडते परी आपल्याच नादात
आई हा शब्द आला मुखी ना त्याच्या कधी
पान्हा फुटे विपुल तिजला परी तयास व्याधी
ओठ काढुनी बाळ रडता धावे ती वेडी
असहाय्य ती बावरी ना शब्द फुटे तोंडी
परावलंबी आधार लागे उठण्या बसण्यासाठी
तीच होती तयास एकली सदैव तत्पर काठी
लंगडनारे पाडस पाहून कशी दौडेल हरिणी
कंठातून मागे फिरती सारी जगण्याची गाणी
विकल माउली विश्व तिला ना उरले दुसरे असे
एक बाळ ते आपले आणिक दुसरी आवड नसे
तुलना तिची करण्यासाठी नसे कोणते शब्द
मुक अन कठोर नियती होई तिथे स्तब्ध

अंधार

दाट अंधाराने भरलेली गुहा
काजळाहून काळया
त्यात चाचपडत जाणारे हात
शिरलेला अंधार सगळया शरीरात
निःशब्दतेणे भरलेली गुहा
जणू कानच गोठून गेलेले
जागच्या जागी विचार रेंगाळले
मनातसुद्धा शिरला अंधार
स्पर्श सुद्धा नको होता
वाटले व्हावे अधर
पोकळीत त्या अंधाऱ्या
असेच जावे तरंगत
अंधार सुद्धा होता घरंदाज
गुहेची पायरी ना ओलांडलेला
मला पाहून तेथे अतिथी
अंगाला माझ्या लपेटला
ओलसरपणा होता त्याला
तसा वास सुद्धा थोडा कुबट
पण अंधाराच्या मायेला
शोभत होता चिकट
मला तो कुतूहलानं म्हणाला

मला एकदा सूर्य पाहायचाय
सहस्त्र वर्षे झाली मला
आणि या डोंगराला जन्मून
मी त्यावर हसलो
म्हणालो सूर्य तेथे तुझा नाश
कसली तुझी हौस
स्वतः च्या पायावर कुऱ्हाड
तुझं अस्तीत्वच भयाण
तू अन तुझ्या भोवतीचे
काळे कुट्ट निबर पाषाण
प्रकाश, सूर्य ना तुझ्या गोत्याचे, ना नात्याचे
अंधार म्हणाला मी आणि प्रकाश
राहतो एकाच गर्भात
तो गर्भ आहे अंतर्मनात
असंख्य ऋषी येथे येतात
वाकून पाहण्यासाठी आत
तेंव्हा मी त्यांना लपेटतो
इंद्रिये त्यांची वळवतो
अन प्रकाश त्यांना दाखवतो
हो मी सूर्य पहिले असंख्य
ऋषींच्या खोल मनात
आता व्हायचे मलाच मुक्त
सूर्य पाहून आसमंतात

आकाश

सायंकाळी आकाश बहरले लेवुनी रंगांच्या छटा
तुकडे तुकडे मेघ पसरले असंख्य त्यांच्या वाटा
कुठे पिवळे तांबूस होते कुठे दाट घन निळे
कसे लेवले अनेक रंगी वस्त्र ते ना मज कळे

आकाशाने रेखाटल्या असंख्य आकृती त्यावरती
काही होत्या बालकांच्या अवखळ मिळुनी टाळ्या पिटती
काही होत्या सैन्यांच्या आपसात तुकड्या युद्ध करती
जसे पाहाल तसे दृष्टीला चित्र दर्शन तिथे घडती

एका सायंकाळी होती काळ्या ढगांस कडा सोनेरी
सुवर्णमय सारे आकाश झाले निसर्ग किमया न्यारी
क्षितिजाजवळी स्वर्ण गोळा तेज सांडतो सांज परी
सूर्य लोपता पश्चिमेला मेघ ते वस्त्र बदलती अंधारी

चंदेरी गहण ढगातून प्रकाशाचे दिसे सोबने
मध्येच डोकावून क्षणभर चंद्राचे त्यातून दिसणे
कुठे निरभ्र आकाश काळे त्यावर शृंगारे चांदणे
गूढ गहण बहूरंगी या आकाशाचे हे गाणे

वृक्षात्मा

नसे नासिक परी परिमल असे तूज फुलांचा
नसे कर्ण परी सळसळे मंद ध्वनी पर्णांचा
नसे रसना परी चवदार ती तुझी मधुर फळे
नसे भावना परी कवीस तुझी प्रेरणा मिळे
नसे विचार परी असशी तू तयांचा प्रेरक
नसे हस्त वा पाद परी तू असशी एक साधक
ना बोले परी स्फुर्तीदाता असे तू शब्दांचा
ना साठवे परी तूच निसर्ग ठेवा संपत्तीचा
नसे भावना सुख दुःखाच्या वा नसे वेदना
जगवी तू प्राणिमात्रां असे अती ती संवेदना
मुळा पासूनि फळापर्यंत असे तुझा प्रवास
पर्णसंभारातूनी तुझ्या पडे कवडश्यांची रास
वसंत होई प्रकट, बहारे तुझ्याच पालवीतुनी
येता पाऊस मुसळधार तू जाशी चिंब होऊनि
शिशिर ऋतुनि निष्पर्ण होता राहाशी तू सांगाडा
तू निर्माता वृक्षात्मा तुझा गातो आम्ही पोवाडा

गर्भजल

अजस्त्र लाटांचा धूम्र प्रकोप झाल्यागत
हळू हळू ऊर्ध्वगमन करणारे ढग
त्यांच्या पृष्ठावर असंख्य विक्राळ आकृत्या
सूर्य झाकल्यानं पडलेलं अगम्य शिराळ
एक एक क्षण भारल्यागत गेलेला जखडून
किंचित भानावर असल्याची साक्ष देणारा
पाऊशी वाऱ्याचा झोंबणारा केवळ स्पर्श
अन्यथा अशाच बेभान अदभूत क्षणी
नियती देखील होत असेल अचंबित
रक्ताच्या थेंबापर्यंत मुंग्या आणणारी
प्रकटणारी तिरपी विजेची रेष
अन तितकाच घन रौद्र त्यामागून ध्वनी
जणू गर्जनेत सांगत आहे नियती
मी देत आहे अंतरिक्षातुन गर्भजल
ज्यात असंख्य बीजांचा जीवनविस्फोट होईल
अन फुटतील त्यास शरीरांचे अंकुर
या गूढ कृष्ण आसमंतात मी लिहीत आहे
विद्युल्लतेचा टाक नील गगनात बुडवून
गतिधुंद वायूच्या अन नत वृक्षांच्या साक्षीने
त्यांचे अंतःकरण, मन आणि समग्र अवतरण
जे आणेल त्यांना रूप अन आकारास

दिशा देईल त्यांच्या भावी मार्गास
तेच ठरवतील त्यांचा पुढचा श्वास
अन शोधतील त्यांच्या जगण्याचा ध्यास
काळवंडलेल्या मेघाच्छादित गगनात
एक उभी तिरपी वीज सपकन गेली
आणि आभाळ फाटून बरसू लागले
त्या गूढ धारेत सारे न्हाऊन निघाले

पर्ण

शुष्क पिवळे पर्ण पडले पायाजवळी वृक्षाच्या
प्रवास तयाचा संपुनि अंती आला आयुष्याच्या
उन्ह वारा पाऊस जगुनी बेहोष क्षणी आनंदाच्या
तृप्त हिरवे पुष्ट देठ ते ऋणानुबंधा जड सृष्टीच्या

तप्त ऊन शोषिले जणू सूर्या मधल्या तेजाला
जलमय जड ते शोषून भिडे धरतीच्या पोटाला
हवेत हलके झोके घेऊन जीवन वायू श्वासाला
पंचतत्त्व ते हिरवे झाले पुष्टीसाठी नव जीवाला

हिरवे भिनले सृष्टी मध्ये भाग निसर्ग सौंदर्याचा
अन्नब्रह्म ते कण कण हेतू वृक्षाच्या औदार्याचा
मधुरता ते फळास देई कळस असे साऱ्याचा
आनंद मुक्त करे व्यक्त ते स्पर्श होता वाऱ्याचा

निखळ जगले जीवन पर्ण ते पूर्ण आनंदी होते
शारदाच्या चांदण्याचे चैतन्य तयात ओसंडते
वर्षा ऋतूला चिंब न्हाउनी थेम्ब त्यातून ठिबकते
क्षणात सारे देऊन शिशिरा शेवटी ते कवटाळते

गीतगुंजन

तुझे गीत गाता गाता
माझेच गाणे झाले
तुझ्याच वेडात प्रिये
कठीण सावरणे झाले

नजरेत तुला साठवताना
दृष्टीचेच दर्शन झाले
जिथे कुठे नजर जाओ
कठीण दुजे पाहणे झाले

शब्द एकची नाव तुझे
ओठावर तेच अमृत झाले
निःशब्द एरवी मन माझे
कठीण दुजे बोलणे झाले

मनात तुलाच धरता
चित्त तुजमय झाले,
जगता प्रत्येक क्षणात
कठीण दुजे जगणे झाले.

स्वप्नमय

आभाळातल्या रंगछटांमध्ये मश्गुल मी ला
सप्तरंगाने भरलेले रत्नमय आकाश हवे
मनातील चलचित्र पाहणाऱ्या मी ला
त्या पलीकडचे पाहण्यास एक स्वप्न हवे
निरस सत्याचे कोडे सोडवणाऱ्या मनास
अकस्मात अद्भुततेने भारलेले क्षणदृश्य हवे
सगळं सत्य तेच वर्तवणाऱ्या विज्ञानाला
अंदाज चुकवणारे अगम्याचे किनारे हवे
विराण वृद्ध वृक्षाच्या सळसळीला
पिशाच्चाचे भय नाद हवे
उंच पर्वताच्या पोटात पसरलेल्या गुहेत
साठलेल्या अंधाराला दचकवणारे स्पर्श हवे
आकाशातून तुटलेल्या लज्जित ताऱ्यांना
आकस्मित शंकांचे चूक चुकते भान हवे
सतत दूर दूर जाणाऱ्या मृगजळाला
बेधुंद आभासाचे वेडेपण हवे
किनाऱ्यावरील स्तब्ध खडकांना,
आक्रोशणाऱ्या लाटांचे थैमान हवे,
जगण्यासाठी धुंद मला कल्पनेचे किनारे हवे
सगळीकडे भटकून मला सत्याचे अवलोकन हवे

अशोक

जोडीने शेजारी उभी होती वृक्षे काही अशोकाची
सळसळ पाने गुंजन करुनि तुष्टी करती संवादाची
कुणी नसे दुःखी तेथे बहू कृपा असे निसर्गाची
मुक्त जीवन नसे चिंता व्यस्तता ती व्यवसायाची

विपुल जल संतृप्त माती अन प्रकाश घेऊनि पुष्ट होती
मुळापासून जीवन निघे त्यात ते चिरतरुण बनती
आजूबाजू डूलुनी ते होकार जणू साऱ्यांना देती
सुंदर हिरवे अशोक वृक्ष ते वार्यासंगे गूढ हलती

एक वाटसरू आला आणि त्यांच्यामध्ये बसला
चालून शीणला दिवसभर म्हणून थोडा लवंडला
प्रवासाचा भार सोसुनी क्षीण होता तो झाला
सुरकुतल्या चेहऱ्यावरती चीर कंटाळा दिसला

जागेवरतीच मी खिळलो एक वृक्ष बोले वाटसरूला
असेच देई तुझे पाय ते काही काळा पुरते मजला
संपन्न जीवन असे परी मी मुकलोअसे फिरायला
एकच इच्छा अतृप्त असे अढळ पदी या आयुष्याला

वाटसरू म्हणे मी देईन परी कसे ते जमणार तुला
तोल सावरून उभा राहण्या अन जमेल का चालायला
आमचे जीवन सुख दुःखाचे मृत्यू अकस्मात अंताला
शिशिरा जरी झडती पाने हिरवे येई तुज वसंत ऋतूला

धावपळीचे जीवन अती श्रम आम्ही सारे भोगी
आम्हीच मानव शिणलों जेथे तरी तू का तेच मागी
मिळते तुजला अन्न पाणी उभे राहुनी एकाच जागी
फिरण्याची इच्छा परधर्मी तीच तेवढी तू त्यागी

वृक्ष होता बेभान झाला बेधुंद घेऊन लहर मनी
पाय मजला हवे मी बघतो थोडेसे चालूनी
वाटसरूही थकला होता चालून चालून जीवनी
कल्पना तयास भावे अन्न मिळते मुळातूनीं

सदा बहार तो तारुण्याचा शृंगारावे कैक ऋतूंनी
ना भटकता अन्न मिळते विचार स्वार्थी ठेउनी
पूर्णविराम या भटक्या जगण्या एकदा द्यावे टाकुनी
शहाणपणा हा जणू सुचला वाटले तयास त्या क्षणी

किमया स्पर्शी वृक्षास झाला एक अति विस्मय
मुळे दिली वाटसरूला अन स्वतः घेतले पाय
वाटसरू खिळला जागी होऊनि निरामय
वृक्ष झाला बहू आनंदी नशिबा दिधले सारे श्रेय

झाड मात्र चालू लागले घेऊनि पानांचा डोलारा
उंच सरळ आणिक हरित होता त्याचा पसारा
माणूस होता खेळत संगे ऊन पाऊस आणिक वारा
अति सुखी तो अंतरी झाला शीण त्याचा गेला सारा

झाडाने आणून दिली काही फळे वाटसरूला
स्वभावतः तो तसाच राहिला ना घेता काही मोबदला
वृक्ष चालला कित्येक दिवस मोल नसे त्याच्या हौसेला
कण कण पूर्ण त्याने वापरला अन्न साठा साठलेला

परी शुष्क तो होत गेला अन मागितली मुळे माघारी
कृतज्ञ अन विनम्रतेने वृक्ष तो वाटसरूस विचारी
वाटसरू तो तयार नव्हता मुळावरती मश्गुल स्वारी
का करावी वृथाच ती जगण्याची धडपड अन लाचारी

अरे वृक्षा मूर्ख तू का मी आधीच कथले होते तुजला
जगात फिरण्या लागते ते विपुल धन पुंजीला
कष्ट धडपड सतत लागते संघर्ष जगण्याला
मायिक शब्दां मध्ये स्वार्थ असावा घेरलेला

तूच दिले बदल्यात मजला अमृतशोशी मुळे
सिंहासन तु अव्हेरले का अजूनही मज ना कळे
का तू मोहात पडला अन हे तुझे क्षणिक चाळे
एका जागी रुतलो मी स्पष्ट सांगतो आता ना वळे

वृक्ष फिरला भार घेऊनि फांद्यांचा अन पानांचा
हळू हळू तो शुष्क झाला विना अन्न पाण्याचा
पायावरती दोन सोसूनी भार जगण्याचा
ताप अति तयास झाला अढळ स्थान सोडण्याचा

खंगून तो आता गेला झाले होते धड जर्जर
पाय मोकळे सोडूनि बसला पुन्हा एकाच जागेवर
छाया त्याने धरली होती पुन्हा त्याच वाटसरूवर
वृक्ष जरी संपून गेला ते चित्र त्याचे होते सुंदर

अरे मानवा मित्र म्हणसी गीतात तू वृक्षाला
मधुर रस तो त्याच्या फळातून तूच असे शोषिला
छायेमध्ये त्याच्याच, तो असता, तू विसावला
का त्याच्याच मुळा वर तू जणू शेवटचा घाव केला

भोवरा

दोरीतून सुटताच गरगर फिरणारा
एकाच पायावर जणू स्तब्ध भोवरा
जगण्याशी जवळचं नातं सांगणारा
आवेग संपताच जागीच घरंगळणारा

असेच लांब फेकलेले ग्रह तारे
अनंत काळापासून प्रदक्षिणा घालणारे
जीवनाची जणू तपस्याच मांडणारे
आपल्याच वर्तुळात मग्न राहणारे

असाच अनिच्छेने फेकला गेलेला माणूस
जीवन नावाच्या आसाभोवती गरगरत
नियतीच्या कक्षेत अन मार्गाच्या अपेक्षेत
भोवऱ्या सारखा सतत भिरभिरत

कधी तरी हा आवेग ओसरणार
त्याच जागी दुसरा अवतरणार
दुसऱ्या जागी माणूस जन्मणार
कि कुणास ठाऊक तो असाच संपणार

कोण हा भोवरा फीरवतोय
कोण हा आवेग देतोय
गोल फिरवून थांबवतोय
क्षणिक काळात जगवतोय

जलवलय

जलवलय चुंबुनी गेला, पक्षी सुरेख एक
तलाव पृष्ठी उठल्या, लहरी वेगे असंख्य

आनंद स्पर्श झाला, माझ्या मनास मोठा
क्षणात कंपित झाला, चित्ती प्रमोद साठा

विसरुनि मीच गेलो, कुपी मनातली ती
पुनरपि गावली मज, माझ्यातलीच शांती

खचल्या मनास माझ्या, नाही दुजा आधार
आनंद इवलासा, झेली प्रारब्ध प्रहार

मी स्पर्शितो जलासी, होऊनि एक पक्षी
माझ्या प्रचीतीस राही, मी एकटाच साक्षी

दडपून गेले मन ते, रुक्ष जगता तणाव
पाहुनी जल तरंगा, उठती नवीन भाव

नाही मी एकटा इथे, असतो निसर्ग सारा
का मी बुजून जावे, पाहुनी जगत पसारा

नको आता संकोचने, स्वतःस बांधून घेणे
आता स्वीकारले मी, नवीन कोरे जगणे

जगत

विराट विलक्षण जगत
व्यापलेल ताऱ्यांच्या गतीत
काहीच नाही स्थिर स्थितीत
सगळं काही फिरत राहत
प्रत्येक क्षण सुद्धा सरकत
जातो भूतातून भविष्यात
वर्तमानाचा अनुभव निसटत
संपतो जाणवण्याच्या आत
कोण करतो याची सुरुवात
कोण काळाला ठेवतो वहात
ठेवतो आकाशगंगा फिरवत
कोण अनंत या अवकाशात
कुठंतरी जीवन उगवत
ग्रहांवर किंचित व्यापत
वेगवान फिरत तेही संपत
तरीही ते चिवट तगतं

सकाळ

एक पक्षी हाक मारतो दुसरा देई साद
कर्ण मधुर तो रंगत जाई पक्ष्यांचा संवाद
चिमन्यांचा ऐकू येतो कुठे अचानक नाद
पहाटेचे संगीत शीतल देई मना छंद

निरव सकाळी पक्ष्यांचे येति सुंदर बोलावणे
वृक्षाच्या पानांत दडले गोकुळ ते चिमणे
कळे ना मज काही केल्या काय तयांचे म्हणणे
शांत सकाळी नटलेल्या निसर्गाचे ते गाणे

कर्तव्य दक्ष तो कुक्कुट देतो सकाळची हाक
सवयीने कित्येकांना असे तयाचा धाक
का झोपता इतके तुम्ही सकाळ दवडता नाहक
का ऊठता इतक्या उशिरा उन्हं होता दाहक

शरीरात देई गारवा थंडीची लहर
विविधरंगी फुलांचा झाडावरती बहर
निर्मल भिडे सारे कसे दृष्टीला सुंदर
पहाटेचा असे पवित्र हा रामाचा प्रहर

पिसारा

शांत का जाग तू मनमोरा
फुलव रे पुन्हा पिसारा

स्वप्न पाहिले तू धुंद यौवनात
भावांचा कल्लोळ सदा वसे तुझ्यात
तेजाकडे पाहून सूर्यफूल फुलत
टाक तू मागे तो वादळी वारा
फुलव रे पुन्हा पिसारा

प्रकट होउदे तुझ्या भावना
आर्त मृदुल असे खजिना
कठोरतेचा करिती सामना
उदात्त स्पर्श होता तुज विचारा
फुलव रे पुन्हा पिसारा

संवेदना कर ती दुज्यांचाच प्रति
भावनेचे नीर सदा वाहो चित्ति
विचारांचे तीर सूक्ष्म ते जाणती
जाण तू जगण्याचा अर्थ खरा
फुलव रे पुन्हा पिसारा

थांबू नकोस तू सतत वाही
जीवनास तू कर प्रवाही
दूषणे नको देऊ स्वतःस कधीही
तुझा दिग्दर्शी तूच तारा
फुलव रे पुन्हा पिसारा

रिकामा

मी रिकामा अगदी खोल तळापर्यंत
निश्चिन्त ना विचार ना भाव ना वेग
पाहतोय मी सभोवताली आसमंतात
शून्यात जणू नाहतोय शब्दांचा आवेग

ना जडाची जाणीव ना भरलेला
अलगद मन थोडासाच उरलेला
फुलपाखरू बोटावर विसावलेला
शब्दांचे ओझे नकळत झुगारलेला

आतून काही मंद पेटत जाण्याची
कधी शकलं भासली कवट्यांची
कधी वादळं मुक्त विचारांची
घोंगावत डोक्यावर कचऱ्यांची

सगळं कसं स्वच्छ झालं,
मन खरंखुरं स्वतःच झालं,
सगळं काही फेकून दिलं
मी पण सगळं माझच झालं

तरंग

तरंग मी सूक्ष्मातला
अंतरंगी मुक्त मी
आद्य तो या सृष्टीतला
अंतरी मज धरला.

दृश्यमान जे मजला दिसे
भ्रम असे जो सत्य भासे
रूप संज्ञा मनात वसे
सत्य रूप ते कधी न गवसे

का मी धरिले ओझे सारे
अस्तित्वाच्या आवेगाचे
तारांगण असती निखारे
आभासमय सृष्टी पसारे

अंती सारे विघटित होता
शून्य उरो वा एक उरो
जगणे माझे घटीत होता
अंतरंगी सत्य भरो

गूढ

डोंगरावरच पिंजलेलं हिरवं
आभाळात ढगांची गूढ गर्दी
आपसूक आपटणारे थोडे थेम्ब
निःशब्द नियतीची गूढ वर्दी

सुरकुतल्या भेगांत पाणी
कुठं बरसून बहार चिंब
ठिपक्यासारखं पानावर
रसाळ पिवळं प्रतिबिंब

डबक्यात आभाळ बघते
पांढरी पालखी मेघांची
वरात फसव्या ढगांची
छटा नाराज नियतीची

कुठे अवसाद नसण्याचा
कुठे रमणीय गूढ सूर
कुठे रंगांचा सप्त विलास
नियती, प्रश्न एक हुरहूर

क्षितिज

एक पोकळ पडदा आरपार
बंदिस्त त्यात सारा पसारा
अस्तित्वाची केवळ पोहोच
सीमित त्यात बाजार सारा

जगत माझं त्याच्या आत
ना दिसतं काही पलीकडं
सारी समज त्याच्या अल्याड
त्यातच जगण्याचं कोडं

वाटलं चालत राहून दिसेल
पलीकडचं पावलागणिक
उधळलेल्या शब्दांत मावेल
सत्य अंशांनं उमगलेलं

पडदा वाटलं उभा चिरून
झेपावं वेगानं आसमंतात
उघडे सत्य अनंत पाहावे
उमजून पावावे क्षणात

मुक्तेच्छा

मुक्त इच्छा मनी धरे मी
जे भावे मजला करेन मी
दगडापरी ना स्थितीत बांधलो
स्वेच्छे वर्ते स्वतंत्र मी

परी पाहिले पटला वरती
खूर माझे अंतरी रुतले
लालसेने बंदिस्त मी
चहूबाजूंनी मला घेरले

निसर्ग सारे करी नियंत्रण
ताबा असे नियतीचा मजवर
मला जे गमले मुक्त वर्तन
आभास दोष तो असे भयंकर

झुगारले जरी सारे बंधन
मुक्त होण्या केले तांडन
स्व मुक्तता मला न कळली
वा कळून सुद्धा ना वळली

क्षणबिंदू

अनंत रेषेत मार्गस्थ मी
सूक्ष्म सांत एक ठिपका
सर्परज्जू काळाला मी
बेसावध हा बांधला का?

मागून येऊन पुढे जाई
क्षणबिंदू या रेषेवरती
वर्तमान ना कधी समजला
जाणिवेच्या पटलावरती

भविष्य मी ना जाणू शके
ना भूतकाळ मी जगतो
वर्तमानही निसटून जाता
काळ अनुत्तर राहतो

जरी मजसाठी जगण्यापुरता
काळ राही अखंड धारा
कधी सुरू ना कधी हा संपे
ना उमगे तो कल्पना विचारा

पाकळी

एक पाकळी सहज आली
बोटात माझ्या मृदू हलकि
स्निग्ध स्पर्श देउनी गेली
उणे ओझे करुनि बोलकी

मैत्रीण ती माझी झाली
भेटे मजला येता जाता
गूढ गप्पा सायंकाळी
शब्दाविण संवाद साधता

चिरंजीव सदा बहार तो
स्मित फुलाचे घेऊन ओठी
भ्रमर तेथे पाय रोवितो
फुलास बांधिली कोमल देठी

कल्पनांची पुष्पे होवो
पाकळी ते शब्द मंतरी,
गूढ अर्थ ते घेऊन येवो
गंध पसरू दे अंतरी

धारा

तप्त तबकडी सूर्याची
आर्द्र शोषूनि नेई आभाळी

पाऊस धारा धरती शोषून
गर्भात साठून ठेवी जीवन

वृक्ष शोषती प्रकाश पाणी
करी निर्मिती फळ रसाची

द्विपाद शोषून अन्न पाणी
करी पुष्टी शरीरांची

मानस शोषून संवेदना
रूप आकार देई ज्ञाना

ज्ञान शोषते अधिक ज्ञाना
करी निर्मिती विचार स्थिती

अर्थ शोषूनि शब्द पुष्ट ते
सत्य दर्शना दिशा दाविती

सत्य उगवते, सत्य जगते
सत्य सत्यात मिसळून जाते

संकेत

ढगांच्या तुकड्यावर फिकट
दिसतंय पाण्याचं एक बोट
वाऱ्याच्या आर्द्र थंडीत
दडलंय पावसाचं गुपित

पूर्वेला फाकलेली प्रभा
येणार सांगते दिनकर
तळपण सूर्याचं देतं
उन्हाचा चटका प्रखर

अंधारलेली रात्र देई
गूढ स्वप्नांची भूल
रात्रीचं चांदणं देईल
प्रसन्न ऋतूंचि चाहूल

कुठे दिसती चिन्ह,
कुठे प्रत्यक्ष प्रत्यय,
सृष्टीच्या संकेतात अस्पष्ट,
कुठे वसलय सत्य?

दुःख

दुःख असे ती तीव्र वेदना
शून्य घेई जागा मनी,
व्यथा ना शमे अंतरी
ती चीर राहे जुनी

आधाराते जागा नाही
पोकळी मनी वसे ती
व्याकुळ करती जणू
गतस्मृती पटला वरती

श्वासाला ना ठाव मिळता
दडपण उरी भरे
अश्रूमय दृष्टी होता
विरळ दिसे जग सारे

विफळ ना हो अंतरंग
जरी दुःख एक अंग
संवेदना बनून सारी
उगम झऱ्यांचे करी

अस्तित्व

स्वतःचा तोल सावरत उभ शरीर
एका बीजातून वाढत गेलेलं
धरतीन बिलगून ठेवलेलं
तिच्याविना अधांतरी असलेलं
पण त्याची जाणीवसुद्धा नसणार
जिवंत रसायन
पेशींच्या उदकात स्थिर अन
ऊर्जेत सतत धगधगणार
एक गूढ जड अस्तित्व
स्वतःच्याच मैफिलित मग्न मन
मी च्या जाणिवेत वाढत गेलेलं
कुठल्याश्या विश्वासाला धरून चालणार
मी ला टांगलेल एक लोलक
भावनांवर तरंगणारं.... तर्काचा अंकुश
अन्यथा हिंदोळत राहणार बेफाम
षड्रिपूत रुतणार अस्ताव्यस्त
ना द्रव्य ना धातू, एक जिवंत चित्रपट
एक अस्तित्व फिकट

लॉगिन

लॉगिन, मीच केलेलं माझ्या मनात
अन सवयींच्या अमलात
बंदिस्त एका चौकटीत
यंत्रासारखं टकटकत
सुटण्याचं स्वातंत्र्य गमावून
बसलोय स्वतःला हरवून
सगळं काही विसरून
एका स्थितीत बांधून
सजीव असल्याचा अनुभव सुद्धा
विसरायला लागला आहे
श्वास सुद्धा यंत्राचाच
एक भाग झाला आहे..!
खर तर लॉगिन करण्याआधीच
मी एक माणूस होतो स्वतंत्र
हव्यासाने लॉगिन केलं, परवलीच गुपित दिल
अन लॉगिन होऊन झालो परतंत्र,
मुक्तेच्छा खुणावते कुठुन
सांगतेय कर लॉग आऊट, अन ये बाहेर..!
पण तीच झालीय क्षीण कंपित
तिला अनुभवावं ते कल्पनेत
वा कवडसे पाहावे स्वप्नात
जखडलेले हे हात
अन मी बंधनात

शब्दप्रवाशी

मी प्रवाशी झेपावलेला
दिशांशी कधी बांधिलकी ठेवणारा
कधी असाच सुसाट
काही गवसावं म्हणून मोकाट
कधी उन्हाशीच मैत्री करणारा
कधी पावसाच्या सरीत चिंब
वृक्षाच्या छायेत विसावलेला
कधी पाहणारा स्वतःचच प्रतिबिंब
वाटेत कुणी अडवले, कशा वाचून नडले
तरीही ना थांबणारा
अंधाराला ना घाबरता, तसाच चालत रहाणारा
ओलांडली गूढ राने कित्येक
श्वापदांच्या नजरेत
नजर एकटक करून
गिळून टाकले तसेच, भीतीचे आवेग
अदभूत गावात एक टेकडी
ऐकली होती असते म्हणून
त्यावर असतो एक ठीपका, सत्य
कधी त्याच्या वर एकाग्र
चालत राहिलो उमद्या आशेत
पुष्कळ काही मिळवून

शब्दात साठवले असंख्य
शब्दांशीच मैतर जुळले
तुकड्यातुन सत्य आढळले
सतत सोबत राहून,
प्रवासाच्या अंती, शब्द असावे सोबती
झिरपून जावे ज्यात स्वतः
अर्थाच्या किनाऱ्यावरती

तू

प्रत्येक क्षणात तू
प्रत्येक कणांत तू
पेशींमध्ये साऱ्या
रोमा रोमात तू

जाणीव तू
नेणीव व हि तू
नेत्र झाले हे आंधळे
तरी फक्त दिसतेस तू

नाव तुझे घेतले
झाला हर्ष मनामध्ये
सगळ्या अंगात भिनले
रोमांच हे पेशींमध्ये

मनास या रुतलेल्या
सांग काढू बाहेर कसा
ओढतो एक चुंबक
लोह कनाला जसा

का लावतो मी जीव
माझे मलाच ना कळे
कुठे मती रमेना
आणि स्थितीही ना ढळे

कसे मनाला समजाऊ
सांग कुठे त्याला नेऊ
सारं तुजमय झालं
कि गीत तुझेच गाऊ

हुरहूर

डोळे नितळ भरले मादकतेने
मिश्किल डोळ्यात तुझे असणे
माझे स्वतःला विसरणे
अन तुझ्याच प्रतिमेला जपणे

हळूच मन सावरले
अनामिक भीतीने थरथरले
नव्या अनुभूतीत विसावले
सारे तुजमय झाले

मी तुझ्यात अन तू माझ्यात
विसावलो आपण या क्षणात
मी नाही तुझ्यावीण या जगात
तूच तू माझ्या मनात

हुरहूर माझ्या एकटेपणात
माझ्या तुझ्या शिवाय असण्यात
माझ्या टक लावून बघण्यात
एका अर्थपूर्ण शून्यात

तारे

अफाट पसरलेलं अगाध आकाश
आपल्याच नादात स्मित करणारं
प्रकाशकंपनांत हरवलेलं अवकाश
अनंत तारे पोटात घेणारं

एक एक तारा कितीही चिमुकला
सृष्टीतील आद्याची साक्ष देणारा
आंत एक एक विश्व साठवलेला
चांदणी बनून चमकणारा

मला दिसतोय एक ठिपका चमकीचा
तो आहे आता कि विझून गेला
कुणास ठाऊक अस्तावेळी
इथला सूर्य असेल का गहिवरला

अनंत आकाश गंगा वाहणाऱ्या
प्रकाश पिऊन प्रकाश ओकणाऱ्या
अनंत प्रकाश झरे सामावणाऱ्या
तिन्ही काळातील गुपिते सांगणाऱ्या

डोळ्यात त्यांचं प्रतिबिंब साठवणारा
मनाच्या आरश्यात डोकावणारा
मी नावाचा एक अतीसूक्ष्म बिंदू
या गणितात अगदी ना उरणारा

विभक्ती

माझं माझं म्हणून साठवलं
भोवताली कुंपण घातलं
राखायलाही ठेवलं
तरीही भीतीनं गाठलं
त्या भीतीनं मीच बांधलेला
मनात भय साठवलेला
जखडून माझ्याच मनात गेलेला
अन चिंतेनं गारठलेला
गच्च पिळलेल्या मनाला आवळून
कितीतरी इच्छा सुताप्रमाणं
काळ सुद्धा सोडत नाही पीळ
मन सुद्धा चालत फक्त नियमान
अशा कित्येक पिळांच्या
सुरकुत्या झाल्या चेहऱ्यावर
तरी मोकळ्या श्वासांच्या
सोडायचं स्वतःला तालावर
आता ठरवलंय आपल्याला
पुरतात फक्त दोन घास
ना कुंपण ना राखण
फक्त माझा मला हवा सहवास
मी, माझा आणि मला

विभक्ती जडलेल्या स्वतःला
सगळं काही सोडून आता
शिकायचंय जगायला

आर्त

आर्त माझे स्वर येती
कंठात येऊनि दाटती
मनास क्षीण या विदारती
सर्वत्र भिनली ही प्रीती

पटलावर साऱ्या स्मृती
त्याच त्या परत येति
सर्व काळ व्यस्त करती
तिथेच चक्षु घुटमळती

क्षुब्ध कधी मन झाले
प्रेम भावे जणू भारले
सर्वत्र पाहता दिसले
तुज प्रतिमेत भिनले

मदिरा हि होईल विफळ
दृष्टीस भिडता नयन नितळ
तूझी प्रतिमा आसमंती विरळ
कल्पनेसही न झेपे केवळ

अगम्य

आज तारे जिथे दिसती तिथेच का ते आले
बिंदूमय विस्फोटाने विश्व कसे झाले
आधी त्याच्या कोण होते आज का ते झाकले
सांगशील का नियती तुला जन्मास कोण घातले

हे नियती तुझा कधी, ना लागे मजला ठाव
तीन काळ तुझ्या हाती, अन जगण्याचा डाव
अबोल, अतर्क्य, अकल्पित हेचि तुझे नाव
रावाचा बनवशी रंक अन रंका चा राव

साप जहाल विषारी असंख्य तुझ्या हाती
अमृताचा कलशही ठेविशी तूच माथ्यावरती
काटेरी धारेचे शस्त्र अस्त्र जवळ असती
गुलाबाचे फुल सुद्धा तुझेच हस्त मिरविती

कुणा देशील अपुरे जेवण पोट बाकीचे जाळी
कुणी राहतो रिकामा नजर लावूनी आभाळी
जीवन सारे दान देऊनी कुणी जगतो वादळी
तूच जगवीशी तूच लिहीशी जे असे ते भाळी

तुझे फासे आधीच कळता आयुष्य सारे गमते
प्रवाश्याला आधीच का मग गंतव्य दिसले नसते
कड्याच्या टोकावरतूनी कुणी का आयुष्य लोटते
क्षणाच्या एका फरकाने ना मिलन वा ना तुटणे घटते

नीती अगम्य असे जरी का धरला तराजू न्यायाचा
सत्यभेद अन अंमल करिशी दंड कुठल्या नियमांचा
भविष्यातूनी भूतकाळी लोटशी प्रवाह हा काळाचा
सुटेल ना तुझ्या पासून एकही बिंदू अवकाशाचा

विस्मृती

विस्मृतीत गेलेला जगण्याचा काही भाग व्यर्थ
त्या भरकटकलेल्या क्षणांना असेल का काही अर्थ
काळाचे ओघळ जातात जखडलेल्या स्मृती घेऊन
सुखोन्मुख मनाला अगदी स्वछ धुऊन
मग उपयोग काय माझ्या त्या जगण्याचा
अन त्याच अर्थानं आज माझ्या धडपडण्याचा
मी आज जगतोय त्याचा तरी अर्थ काय
काम करणारे हात अन अथक चालणारे दोन पाय
भावना कधी ओथंबलेल्या पूर्तीच्या वा थिजलेल्याअपूर्तीच्या,
मनावरचे रक्ताळ ओरखडे अन खुणा रेखीव पुसल्याच्या,
प्रकटतील का भावना पुन्हा तितक्याच तीव्र अन स्पष्ट
कि तो असेल चित्रांचा मनाच्या पडद्यावरचा चलीत पट
माझ्या त्या भूतकाळाची कुठे उमटेल का संवेदना
सततच्या जखमांनी निर्ढावलेल्या गाठी अन खुणा
बनेल का एक चित्र, मिसळून रेषा एकमेकात
असंख्य गुंताळे भिडलेले, दिसतील का आकृति त्यात
कि विस्मृती पुसून टाकेल काही बिंदू, काही क्षण,
काही मानस, त्यांच्यात गुंतलेले भाव अन हळवे मन
आयुष्य एक सरळ रेषा विस्मृतीत मिळत जाणारी
अन शेवटी काळाला नमुन शरण जाणारी

आभाळ

आभाळ एक चिरंतन पोकळी,
प्रकाशमय विशाल गूढ आवरण
आव्हान देणाऱ्या क्षितिजाला टेकलेलं
निःसंग तरी स्वागतच करणारं
आभाळ दृढ आहे!
स्वप्नांना झेपावयाची आर्त जाणीव देणारं
जितके उंच जाल तितके वर वर जाणारं
दृष्टीला तुष्टता येईपर्यंत वाव देणारं
पुढे विनयान नील वस्त्र घेणारं
आभाळ एक रंजन आहे!
अफाट पसाऱ्याचे फैलावलेले घण मेघ
त्यावरील संपन्न रंगांची उधळण
कुठेतरी क्षितिजा जवळ चे थवे
चिमुकला रेखीव चित्र समूह
आभाळ एक स्वतःच सृष्टी आहे!
एकच पटलावर सारे तारामंडळ दाखवणारं
सूर्याची भाजणारी गर्मी
वा चंद्राची शीतलता
तितक्याच प्रसन्नतेन सामावणारं
आभाळ शाश्वत अढळ आहे!

बोळवण

घट्ट मातीत मूळ धरिले
हळव्या स्पर्शाने थरथरले
अलगद तिथून वेगळे केले
कीती हृदय माझे कळवळले

त्या मातीस सास्रु वंदिले
कुशीत वडिलांच्या बिलगले
आईच्या मिठीत शिरले
भाऊंचा हुंदका समजले

मोरपिसात लपविले माहेरपण
ते अवघड पिसांचे वजन
मैत्रिणींचे प्रेमळ रुदन
किती सुंदर माझे बालपण

बस हलता आले दाटून
सोडूनि मागे माहेरपण
साऱ्यांचे हुंदके अश्रुमय नयन
समोर दिसते नवखे सदन

सासरी राहीन का अशी निरागस
वा पात्र साऱ्यांच्या प्रेमास
मिळेल का प्रेमळ सासुरवास
अलगद यांनी धरले हातास

उपवास

मनाला बांधण्या व्रतांचे धोरण
मनाचे सतत असे आंदोलन
एक भाग शरीर, अंतरी ते अव्यक्त
अस्तित्व जाणवे देहा ठाई फक्त

उपवास असे, पहिले पाऊल
अस्तित्वाची नसे अंतरी चाहूल
सूक्ष्म वसे अंतरी, देह दुजा स्थूल
दृढ होई जाणीव संपता ती भूल

मनाशी बांधता, स्थिर होई भाव
उपवास असे अव्यक्त जाणीव
तिसरा तो डोळा, अव्यक्त बघण्या
अस्तित्वाचे क्षेत्र त्रयस्थ पाहण्या

अव्यक्त जाणावे, अंतरी पाहून
तेथेचि राहून प्रपंचे करून
सानिध्ये धरावा, अंतस्थ स्मरून
अखंड तेथेचि वास्तव्य करून

संघर्ष

संघर्ष माझ्यातल्याच मी च्या अवस्थांचा
कधी पेटलेला काम कधी मस्तक जाळणारा क्रोध
कधी झुरवणारा मत्सर तर कधी हीन दिन हेवा
असे सगळे षड्रिपू स्व ची स्थिती निर्माण करतात
माझ्यातल्याच मी ला पूर्ण न्हाऊन टाकतात
त्यातच कुठे त्रयस्थ बघणारा मी व त्याची वेगळी मांडणी
असेल का असा स्वतंत्र निर्विकार 'मी' कायमचा
आपल्याच मनात सोवळ्यात जपून ठेवलेला एक बुद्ध
असेल का तो तिसरा डोळा जो सतत दृष्टी ठेऊन
न पापणी झाडता बघत करारी नजरेनं
सगळं काही मनात घडणारं अन स्थितीस जाणारं
विचार भ्रम कल्पना सगळे तरंग अलिप्ततेनं
कि हे सुद्धा अंतर्विश्वातली घेतलेली एक जागा, एक भ्रम
जर तो भ्रमच असेल तर अवस्था कशी येते
सगळी इंद्रिय बंद पडलेली एक केवळ अवस्था स्व ची
सगळं अंतरंग कसं स्वच्छ आहे
जर ते निर्विकार, निर्विचार, निरपेक्ष झालं तर
कान ऐकत नाहीत, डोळे बघत नाहीत, ना स्पर्श
ना गंध ना वास ना कसली बाहेरची जाणीव
केवळ जिवंत केवळ स्थिर किंचितही ही न भिजलेलं
स्वतःच एक अस्तित्व आतून बहारलेलं

चिंता

चिंतेची वाळवी जडलेल्या मनाला
कितीतरी प्रश्नांनी जखडलंय
काय करावं पेक्षा काय होईल
आणि उद्याच्या पोटात काय दडलंय?
कितीतरी विचारणा केली ती नियतीला
जाऊन देखील आलो तिच्या बाजाराला
पंजेवाला, पोपटवाला, तारांगन वाला
बसलेले तिच्याच गावाच्या वेशीला
कुरतडल्यागत लाकडाचा भुगा
नख लावताच गळून पडावा,
मनाचा पण उसवतो एक एक धागा,
समजायला हवं ताण किती द्यावा
चिंतेच्या रोगाचा समजून घ्यावा फैलाव
वास्तवात मी फक्त माझा बाकी नियतीचे डाव
वर्तमानाला आपण द्यावा थोडातरी वाव
शांत फक्त राहण्याचा करावा सराव

बिंदुमय

हातात मशाल घेऊन मी फिरतोय माझ्या भोवती गरगर
मन माझं मोकाट झालय ना त्याला कसला आवर
कुठल्याही पाप पुण्यापासून अलिप्त माझी नजर
मधूनही आवाज येत नाही सांगणारा त्याला सावर
मशालीला हवेत हलवून पुन्हा मीच घेतो कवेत
मध्येच उठतात आगीचे लोळ अन विरतात हवेत
मी केंद्रात बंदिस्त अन वासना सगळ्या भडकलेल्या
कितीही झटकल्यातरी तरी माझ्यातूनच त्या उमटलेल्या
मलाच दिसतात मनात माझ्या उसळलेले लोळ
पाप पुण्य नीती अनीती सारून सारे घोळ
केंद्रामध्ये मी आहे स्वतःलाच फिरताना बघतोय
माझ्या भोवती माझीच वर्तुळे भ्रम माझा वाढतोय
फिरून फिरून शेवटी मलाच येतेय भोवळ
आता माझ्या भोवताली नुसतच दिसतय वर्तुळ
एक वर्तुळ ज्याच्या केंद्रात मी आहे निर्विकार
परिघावर दिसतोय चित्रपट वासनांचा साकार
सततचा प्रवास माझा त्रिज्येवरून परिघावर
क्षणात कधी येतो केंद्रात मी भानावर आल्यावर
हळू हळू एक दिवस मी होऊन जाईन बिंदुमय
सगळं अस्तित्व निश्चल करून अंतरंगी आत्ममय

चाल

सांग कोनती चाल असे जी
 सत्य देखण्या असे थोर
ढगा मागे लपली असे ती
दिसेल कुणा रे चंद्रकोर

कि चाल असे ती हत्तीची
त्वेषात सरळ धडकती
वाटेवरचे चिरडून टाकून
ढिगारे प्रेताचे करती

वा चाल असे ती घोड्याची
दोन घर ते पुढे जाती
अचानक अर्धे वळूनी
अस्त्रांचे नेम चुकविती

वा चाल असे ती उंटांची
तिरपे जाउनी दबा धरती
टपून बसती राजावरती
शत्रूचे अवधान भंगिती

वा प्रधान समजे तो साऱ्या चाली
येतो सर्वामागुति
चहू बाजूनी बद्ध करुनि
तो खेळी खेळतो अंती

सत्य असे ते ज्याला ठरवे
ना जीत अथवा हार
अंतरीची कोर स्थिर ती
सदैव आतला बहार

चाल हत्तीची जरी सरळ ती
टाके प्राण्यां चिरडुनी
उंट घोडे संपविती तया
लक्ष्य तयाचे घेऊनि ध्यानी

उंट जरी तो असेल उंच
अन तिरपा तयाचा कटाक्ष
ना दुसरी दिशा ठावे
त्याला कुणीही करती भक्ष

चपळ आणि उड्या घेऊनि
अडीच घरे जाती घोडे
एक प्यादा पुरे तयाला
घाव घालता तो खाली पडे

प्रधान असे तो प्रबळ परी
एकल्या तया जीवास धोका
एकवटून धूर्त साऱ्या चाली
घात त्याचा करिती नेमका

साऱ्या चाली असती
जिंकण्या अथवा हरण्यासाठी
शेवटची एकच चाल जशी
ही श्रेष्ठ साऱ्या पाठी

परी जीत वा हार
कुणीही ना ठरवतो सत्यास
इतिहासातील विजयाचा
सत्य असे रे दुर्दैवाने दास

बाह्य दृष्टीला भासे ते
सत्य असे रे अंधुक
आत दृष्टी वळवे जयाला
सत्याची खरी भूक

चाल असे ती वेताळाची
उलटे पाऊल ज्याचे असे
उलटूया दिशेत जाउनिया
ते अंतर्यामी अढळ बसे

सत्य असे जे कोंडून घेता
सारा आनंद तो आत
स्वयंपूर्ण तो मुक्तेच्छेच्या
असे शेजारी नांदत

मृत्यू

हे मृत्यो, तू एकमेव अंतिम सत्य, सरळ
प्रत्येक क्षणाला तू येतोस जवळ जवळ
'आदी' सोबतच प्रकटणारा जुळा 'अंत'
जगवणारा व संपवणारा प्रत्येक क्षण सांत

कुठे असेल मी, काय होईल माझे मृत्यूनंतर,
कि एक पडदा अनंत जीवनाच्या एका अंकावर
स्मशानात कुठेतरी बसला असेल मी झाडावर
काही काळ विसावा अन चिंतन जीवनावर

उलट्या पावलांनी जात असेल भूतकाळात धाव
मला भीती नसेल कसली ना कसला तणाव
ना कोणते नाते ना कसले सुख, ना दुःखाला वाव
ना भूक ना मिळवण्यासाठी फिरायचे गावोगाव

तू मला शिकवतो प्रत्येक क्षण जगायला,
वेळेकडे बोट दाखवून काहीतरी करण्याला
जीवन एक चमत्कार तर तू परतीचा साक्षात्कार
तू एक शांत विराम तर जीवन एक बहार

तू नसशील तर चिरंतन होतो जगण्याचा संघर्ष
दुःख, विषाद जसे अमर तसेच उन्माद आणि हर्ष
अट्टाहास अनंत काळासाठी कमवायचा
अन व्याधी वेदना अनंत काळापर्यंत सोसायचा

प्रत्येक क्षणात दडलाय अमरत्वाचा भास
तू येणार नाही हा कसला चिवट आभास?
विधात्याने भरलेली किल्ली त्यातला तू शेवटचा श्वास
काही घडेल वा ना घडेल, मृत्यू तू येणारच खास

प्रत्यंचा

ओढ आहे मला माझ्या पलीकडे जाण्याची
स्वतःतच डोकावून काहीतरी बघण्याची
काय आहे आत जे सगळं चालवतय
तरीही अनाकलनीय न जाणवता राहतंय

इंद्रियाचे सगळे आवेग केवळ बाहेर पडतात
क्षणात काही कळण्या अगोदर झेपावतात
आतल्या मी ला ते कसे भुलवतात
काही समजण्या आधीच मला जिंकून जातात

भाता माझ्यातील वृत्तींचा भरलेला
त्यातील बाण सोडतात अदृश्य हात
प्रत्यंचा ताणलेली धरून मनात
माझ्यातील मी ला च हरवतात

विवेक मला करतो सावध क्षणात
कुठून येतो शक्ती चा एक स्त्रोत
परत ठेवतो बाण भात्यात
एकवटून वृत्तींना ठेवतो काबूत

संघर्ष हा माझ्यातलाच
बाहेरचं सोडून आत वळण्याचा
बाहेरचं जग उणे करण्याचा
ध्यास एका अवस्थेत जाण्याचा

ध्यानबिंदू

कल्पना एक निर्विकार बिंदूची
शरीराबाहेर बसवण्याची
तोच राजा मानून गौण बनण्याची
त्यालाच पवित्र म्हणून पुजन्याची

मनास माझ्या ना गती ना कसली स्थिती
ना अंमल सवयीचा ना सक्तीची कृती
सगळ्याची एकाच दिशेत पूर्ती
एकच बिंदू एकच पावित्र्याची मूर्ती

भावनांचा त्यालाच अभिषेक
विवेकाचा त्यालाच तिलक
विकारांच्या व्यापारात नाही मी
वृत्तींच्या व्यवहारात वजा मी

प्रक्रिया मलाच मी नाकारण्याची
आराधना मीच तो बिंदू होण्याची
तो बिंदू मनाबाहेरच गृहीतक
त्यालाच ध्यानात धरण्याची

कडा आणि समुद्र

डोंगराचा एक निमुळता कडा
जणू त्याला होता एक डोळा
सतत पाहत राहणार उघडा
गर्विष्ठपणे पाहत असे सोहळा

रस्ते सर्पवळणे घेणारे अस्ताव्यस्त
पसरलेले खाली खोल प्रशस्त
कुठे काटेरी झुडुपं निष्पर्ण
तर कुठं वृक्षांचा पसारा संपन्न

खाली होता विस्तीर्ण समुद्र पसरला
निळे पाणी त्यावर लाटा अंथरलेला
सीमित सदैव किनाऱ्या वरील रेषेला
सतत पाहत होता फक्त आकाशाला

म्हणे कडा समुद्रा, मी कठीण दुर्गावरचा
सगळ्या चढांचा शेवटचा बिंदू
माझा डोळा साक्ष परीक्षांचा
नियती माणूस अन प्रतीक्ष्यांचा

मी अवलोकितो जवळून जणू नियती
अवघड चढ चढत वाटसरू येति
चिंता भय दुःख भविष्य पाहून
डोळ्यात दाटते सहानुभूती

रस्ते असंख्य एकमेकांना काटणारे
असंख्य पर्याय क्षणांपुढे येणारे
त्यातला एकच बनतो मार्ग
अन त्यासोबत सुखदुःख जाणवणारे

साऱ्यांच्या डोळयात उतरते रक्तसत्य
नियतीच्या एका हेलकाव्यात,
बेसावध क्षणी दिलेल्या झटक्यात
कर्माचे हिशोब सारे पूर्ण होतात

समुद्राने पाहिला कडा विहंगम बघणारा
म्हणाला माझ्या पोटात प्राण्यांचा पसारा
समस्त जीवन नांदती मी त्यांचा सहारा
प्रतिबिंब माझ्यात नियती, ग्रह आणि तारा

मी ना केवळ पाहतो दुरून नियती
अन तिच्यात क्षण कसे थिजती
मी आहे भाग भविष्याचा अन सांगाती
सुख दुःखांचा साऱ्या जीवांचा सोबती

कर्म प्रारंभ होतो, मी त्याची साक्ष
कर्मात लाटांचा उद्रेकही प्रत्यक्ष
मी असतो सदैव तारण्या दक्ष
अन्यथा नियतीचे होतील सारे भक्ष्य

डोळा नसे मज एक परी असंख्य
मी पाहतो प्रत्यक्ष कर्म सिद्धांत
सुखदुःख नसे मज जेंव्हा येई अंत
क्षितिजाला मज भेटे आकाश अनंत

ज्योत

अनंत काळापासून ठेवलेली तेवत
आसमंतातील एक ज्योत
ना तिला तेल ना वात
तरीही राहते तळपत
स्वयंभू साक्षात
हृदयाशी सांगणारी नातं
असंख्य मैलांवरून मनात
जणू स्पर्श स्पंदन उमटवणारी
आतूनच प्रकट होते वाटणारी
प्रकाश वलय देणारी,
निद्रिस्तता गिळणारी
प्रकाशमान तबकडी
कोण तिला धारण करतय
कुठून ती प्रकटतेय
कोडी ना उमगणारी
असेल का तीच नातं
माझ्यातील मी नावाच्या ज्योतीशी
अशीच प्रकट झालेली
ही एक ज्योत
पंच प्राणात राहणारी तळपत
अस्तित्वाच्या आवेगात

जाणिवेच्या वलयात
प्रकाशस्पंदन जाणणारी
प्रतिध्वनीत करणारी
अगदो अलगद धरलेली
कुण्या अज्ञात शक्तीने

अंतःकरण

अंतःकरणी प्रकाशाच्या दिसती छटा सात
एक एक लेउनी पाहतो मी साऱ्या जगतात
तिथेच प्रकटतो विचारांचा मधून झंजावात
श्रद्धा आणि विश्वासाचे कठीण दगड त्यात
असंख्य झरे तिथेच वृत्तीचे राहती वहात
मी राहतो साऱ्या मध्ये माझ्या आवेशात
नियमांचे कुंपण बांधले मीच माझ्या आत
मीच झालो बंदिस्त विहारतो माझ्या स्वप्नांत
संघर्षाची ठिणगी पडता मी झगडतो माझ्याशी
माझीच रूपे अनेक होऊनि तांडती इतरांशी
कुणी धरतो सैतानाला कुणी घट्ट मतांशी
विश्वासाला डोळे फुटता विवाद मज अंधाशी
नितीस असतो पाया विश्वासाचा माझ्या केवळ
सारे वाद वितंड होता सैतानाला करती सबळ
सत्यास असती असंख्य बाजू काय खोटे काय खरे
आंधळा हा डाव जीवन जेथे विश्वास ना उरे

दिव्य

दिव्य असे ते जे जे काही अंतःकरणी खोल वसे
चित्त शमवुनी आत पाहता झरा तो वाहत असे
मंथन मध्ये केले असता रत्न वरती येत जसे
असंख्य गुणांचे मूर्त दर्शन सुप्तस्थळी होतसे
दुस्वास दुज्यांचा ना करता प्रेमात सारे समावे
हा विचार आहे रत्न जयांना वाटे आपण बदलावे
शत्रूंचेही गुण दर्शन त्या विशाल चक्षूंना व्हावे
मद मत्सर आणि द्वेष बुद्धी दिव्यात त्या संपावे
चित्त असे अस्थिर जिथे सततचा प्रक्षोभ वसे
जिथे संघर्ष आपला आपुल्याच मनाशी असे
जिथे नीतीचा गोंधळ अन विचार दिशाहीन असे
प्रकाशी विवेक तिथे अंतिम निर्णय देत असे
यथार्थ दर्शन असे घडे दिव्यत्वाचे सभोवती
पाहून तेथे समूळ मनातून सोडावी विकृती
विकारांची पीडा सांडून स्वीकारावी शांती
सत्य दर्शना आस धरुनी त्यागावी वृथा भ्रमंती

दैत्य

दबा धरून बसलेले दैत्य
अगदी अगम्य स्मृतीतून जन्मलेले
माहित नाही कुठे ते जन्मतात
माहित नाही कसे ते वाढतात
मात्र त्यांना अंत नाही हे निश्चित
आळसात सुस्तावून ठेवणारे
सुरुवातच कशाची ना करणारे
बुद्धीला जड करणारे
मनाला दिवास्वप्नात गुंगवणारे
प्रतिक्रिया तिखट देणारे
प्रतिसाद अव्हेरनारे
भलं ते फेटाळणारे
भयाण वास्तव जगणारे
हित ना समजणारे
समजून हि ना वळणारे
सतत निंदा जिव्हेवर
क्रोध ना आवरणारे
लालसेत लपापलेले
विकारांची विकृती
कशी मिळेल निवृत्ती
कितीही दाबून ठेवलं तरी

उसळी मारणारे
एका पायांनं दाबून ठेवलं
तरीही जिवंतच असणारे

एकाकी

तुझे दूर दूर जाणे
अन माझे सततचे झुरणे
तुझे मूक होणे
अन माझे शब्दांशी झगडणे
तुझे जागीच खिळणे
अन तोंड वळवणे
उडणाऱ्या माझ्या मनाच्या
पंखांचा आवेग ओसरणे
माझे आर्त साद घालणे
अन तुझे अनुत्तरित असणे
प्रतिसादासाठी माझे आसूसने
एकट्या हृदयाचे पिळवटणे
आता होत नाही वळणे
तुझ्या गल्लीपासून फिरणे
एकट्याला या जगणे
एकाकी केविलवाणे

धुके

पहावे तेथे दाट धुके
अतिरम्य एका पहाटे
अवकाश धुरकट सारे
रंगछटा त्यावर दाटे

कुठे पांढरे कुठे निळे
कुठे तांबूस हिरवे पिवळे
सारे रंग मिसळून गेले
क्षितिज अगदी जवळी आले

अग्रभागी नाजूक आकृती
जणू चित्रफिती वरती
चित्र सुकुमार झाडाचे
फांदी पर्ण अन देठांचे

डोंगर कडा रेखाटली
हिरव्यावरती भरीव फिकट
अंधुक पडद्या पल्याड वाटली
स्वर्गीय सृष्टी झाली प्रकट

नाते

नाते माझ्या अबोल मनाचे
असे निःशब्द संवादाचे
वृक्ष वेली अन पर्णांशी
व्यक्त होणे तृणांशी
येते उर भरुनी पाहता
शांत सारे निरव बोलता
वाऱ्यासंगे हळूच डोलता
त्यांच्या संगे ताल साधता
सळसळ असे संगीत तयांचे
सूर सुंदर ते लावी वारा
दावी कवडसे सूर्याचे
वृक्षांचा अद्भुत पसारा
कुठून येतो भ्रमर सांगा
मध्येच तो घाली पिंगा
गाणे तयाचे येई रंगा
पराग हळूच चिटके अंगा
हसणारे ते फुल निर्मळ
पुष्ट लटकते पिकले फळ
भावनांचा तयांसी मेळ
साऱ्यासोबत मूक खेळ

स्थित्यंतर

उसळते आता मन माझे खळग्यातून अवसादाच्या
असंख्य दिवस निघून गेले स्थितीत त्या मनाच्या

आनंदाची जाणीव प्रकटते मधून कारण नसताना
गोठलेल्या मनात तरंग दिसतात आता उमटताना

भावना होत्या मुक्त जखडल्या बंदिस्त मनाच्या
गुदमरलेल्या शुष्क झाल्या प्रतीक्षेत त्या वाटेच्या

आता नवीन त्राण आले मज माझ्यातील मी समजला
मलाच मी मारत होतो विषन्न करूनि घायाळ मजला

तुलना नको आता कुणाशी ना ओझे ते अवास्तवाचे
परिस्थितीला जाउन शरण का शकले करावे मनाचे

आता वाटे आपण जगावे केवळ आपल्या नादात
हरवूनी जावे खुळा नाद जरी आपल्या आनंदात

आता जखमा वाळून गेल्या खपल्या दिसती अनेक
त्रयस्थ मी झालो मजला जरी आठवतो व्रण प्रत्येक

विचार जरी नकार सांगे विकार तो जड समजावे
ध्येया मध्ये विसरून जाऊन मनास स्वतः सावरावे

चंद्रकोर

निष्पर्ण फांदीमागे लपली होती अर्धी चंद्रकोर ती
आकाशाची पार्श्वभूमी अन चित्र तेथे झळाळती
मोकाट असे तरी सुरेख पसरली शाखांची व्याप्ती
पानाविना असुनी सुद्धा सुंदर दिसे ती आकृती

निळेशार आभाळ आणिक चंद्रकोर ती तेजस्वी
फिकट पिवळ्या रेषांमधुनी गूढ चित्र ते मनस्वी
कला प्रकटली सांजकाली रेखाटुनी चित्र यशस्वी
अद्भुत तिच्या साक्षात्कारा चित्त नमले सर्वस्वी

एक पक्षी उडत आला त्या दुनिये मध्ये चित्राच्या
बसला फांदीवरती येऊन विचारांनी विसावण्याच्या
सजीवतेने चित्र बहरले आगमनाने अनाहुताच्या
मिश्किल चंद्र मंद हसला अडून त्या वृक्षाच्या

हा चंद्र इथे असाच हसतो झाडामागे लपुनिया
नित्य इथे पक्षी येतो दिवसाकाठी बसावया
अबोल चित्र ते सांगून जाते अदृश्य ती माया
अमृत भाव ते चित्र देते काय त्याची किमया

मना

नित्यनवे आकाश शोधे मेघा वरती तुझी स्वारी
मना तू घे भरारी तोडून जळमटे रे सारी
गर्ते मध्ये रुतू नको तू तूच तुला रे सावरी
त्रस्त का तू सांग कशी मी देऊ तुज उभारी

तू पारिजात बहरला असशी कोणे एके काळी
धुंद तू करशी मजला कोवळ्या रम्य सकाळी
आनंदाची खान दावी काव्याच्या दोन ओळी
उठ पुन्हा तू नवीन होण्या कर भयाची होळी

विचारांचा तुझ्यात आहे सूक्ष्म अति संघर्ष
तपश्चर्या तुझीच फळली कित्येक गेली वर्ष
तूच असशी धन माझे अन जीवनाचा उत्कर्ष
कर मोकळा श्वास तुझा अन मुक्त होउदे हर्ष

स्फूर्तीचे उघडो दालन अन विवेकाचे सोबने
व्यग्र हो तू वृथा स्वतःला कशासाठी दूषण देणे
व्यक्त व्हावे अन त्यागावे इतरांपासून लपणे
साऱ्यांशी जोडावे अन गावे जगण्याचे गाणे

भंग

भेदीत शांततेला रव हा कुठुन येतो
स्वर तो ओळखीचा जागा आतून होतो
माला तव स्मृतींची पुनश्च्य ओवून घेतो
तुझ्या आठवणीने व्याकुळ जीव होतो

पृष्ठावरी जलाच्या प्रक्षुब्ध ते तरंग
आता पुन्हा निघाले ढवळून अंतरंग
तुला विसरण्याचा मी बांधलासे चंग
मज निश्चयाचा होई ताणून धनुष्य भंग

थरथरते शब्द तुझे जे प्रीतीस प्रकट केले
कंपित त्या स्वरांनी आभाळ आज झाले
हृदयास तू माझ्या कित्येक पीळ दिले
आता नको हेलकावे, समजून स्वच्छ आले.

जलाशिवाय मासा तडफडून शांत होई
निपचीत भावनांचा संवेग पूर्ण जाई
आता चक्षूं समोरी निर्जीव चित्र येई
माझ्या विरुद्ध माझी हि रोजचीच लढाई

थवा

पंख अलगद हवेत पसरून
दिले स्वतःला झोकून
थवा तो मिळतो आकाशाला
मी क्षितिजा जवळी पाहिला

कुठे निघाली विहंग स्वारी
अवकाशी ती घेई भरारी
उंच जाउनी येई खालती
गिरकी घेऊन बाजूस वळती

कुणी शिकवली शिस्त तयांना
अचूक जागी असे ठिकाणा
बाक दार ती रेखीव वळणे
हे निसर्गाचे अलौकिक देणे

हा पक्षी समुच्चय कि असे चित्र
जे स्वर्गीय कुंचला रेखाटे मात्र
सुंदरता पेरण्या आकाश भूमी
ते चित्र पाहतो संध्येचा स्वामी

ध्यान

तेवनारी शांत ज्योत मी पाहतोय ध्यानात
प्रकाश माझ्या हृदयात
आत्माशी मनाचा संघर्ष
जिथे मन जिंकते अन आत्मा हरतो
ती दुर्बलता नाहीशी झाली
एका क्षणासाठी

माझा अस्तित्वाचा साच्याच अपूर्ण
इच्छा आणि वासनेचे थैमान
अर्धा मी माझ्या सोबत
अन अर्धा विषयाला वाहिलेला
पण त्या एका दर्शनात वाटले
मी पूर्ण माझा आहे
एका क्षणासाठी

मला वाटले, मी चिरंतनाला स्पर्श केला
स्व च्या खऱ्या अस्तित्वात मी नांदतोय
मी मनाहुन सामर्थ्यशाली आहे
अतीव शांततेचा मी धनी आहे
शुद्ध प्रेम हेच माझे अस्तित्व
एका क्षणासाठी

त्या एका क्षणात
माझे भटकणारे मन
एकाग्र झाले
जिथे माझी पोहोच नव्हती
तिथे मी पोहोचलो
पूर्ण आणि स्वतःला काबूत
उत्कटता, उद्देश, उत्तुंगता
त्या एका क्षणात
समजले नेहमीसाठी

गर्व

पेंगळलेली मान टाकलेलं एक वयस्क फुल
गर्वात वरतीच बघणार तरुण ताठ दुसरं फुल
पहिला म्हणाला मीही तारुण्य पाहिलंय
विनम्र होतो किंचित झुकलेला
सतत हसनारा मान हलवणारा
सगळ्यांशी समरस होऊन डोलणारा
तुझा ताठरपणा शोभत नाही फुलाला
आपण एकाच झाडाची अपत्य जुळी
हा स्वभाव भेद नाही पटणारा
तरीही पाहिल्याने मौन सोडलं नाही
आपल्याच अहंकारात, पाहिलं सुद्धा नाही
धो धो पाऊस पडला आणि ते वाकलं
त्याला वाकावं लागलं, मनानं ते विदीर्ण झालं
पाहिल्याची अनुभवी नजर पडली त्यांवर
त्यात सहानुभूती होती शहाणपणा होता
पण ते मनातून हळहळल
दुसरं फुल धुसफुसल, नंतर बदललं शहाणं झालं
त्यांची मैत्री जमली, मोकळया गप्पा झाल्या सुरु
दोघेही आता अनुभवी बनले, एकमेकांचे मित्र बनले
पण तोवर त्यांना दृष्टीस पडली दुसऱ्या एका फांदीवर
एक गर्विष्ठ कळी आभाळाकडे ताठ बघणारी
आता त्यांच्या गप्पांचा विषय होता त्या कळीचा गर्व

श्वान

एक श्वान मोकाट पोरके जगत असे बिचारे
हाड हाड कधी दगड झेलतसे उपरे
मळ, डाग, जखमा अंगावर झिपरे
पोरके, त्यक्त जीवन जगतसे बावरे
दुसरे श्वान श्रीमंत गळ्यात पट्टा बांधूनी
स्वामीशी लगट करितसे पाय चुंबुनी
स्वच्छ ते पाळलेले मखमली तयाचा स्पर्श
देई स्वामीस कर फिरविता अती हर्ष
तयांचा संग्राम जाहला भिडता डोळ्यास डोळे
दक्ष जाहले ते दोघेही श्वान धर्माहूनी ना वेगळे
तयांचा हद्दीवरुनी होता बहुत वाद
पाळलेले येताच नियमांचा जाहला भेद
परी नाकळे जाहली कशी तयांची मैत्री अतूट
दिवसातून कित्येकदा होतसे तयांची भेट
असे पाळल्या श्वानाचा उपरा सूर
सहज मिळता नसे कोणता थरार
यत्ने मिळविता अन्न लागे गोड
जरी कच्चे तयाची भुकेने लागे ओढ
मोकाट कुत्रा बोलतसे चकित होऊन
पहा मी किती झेलतसे मिळवण्या अन्न
कधी मिळे नुसता दगड वाया जाती प्रयत्न

अन्ना साठी सहसा लागती विपुल कष्ट
कधी हाडुके   कधी उपकारे खाण्या मिळते चविष्ट
पाळलेले बोलले अविर्भावात
आपण सोडावे भुंकणे, चावणे व्यर्थ
सुधारावे, शरण जावे माणसास समर्थ
एक दिन माणूस पाळेल साऱ्यांना
अर्थ देईल जीवना सन्मान सकल श्वानांना
मोकाट कुत्रे बोलले त्यावरी होऊनि प्रक्षुब्ध
आत्मसन्मानाच्या असे तुझे म्हणणे विरुद्ध
पहा तो पट्टा तुझ्या बांधला गळयात
सुधारणा करू आपण प्रश्न तो अंतर्गत
का त्यासाठी मिसळावे माणसात
आपला आत्मा असे तळपत स्वातंत्र्यात
पाळलेला बोलला मुद्द्यास पुढे नेत
स्वीकारावे दास्यत्व राहुनी समृद्धीत
अथवा स्वीकारावे दारिद्र्य राहुनी स्वातंत्र्यात
समृद्धी हेच भले शंका नसे तिळमात्र
मोकाट बोलला उलट असे माझा कयास
तू स्वीकारले मानवा मित्र अन मी निसर्गास
अंतरंगी माझ्या असे ठाव मुक्त स्वर्गास
शहाणपणाचे गुज तुझे स्वातंत्र्य माझा ध्यास

दिव्य भरले नजरी

कसे दिव्य ते भरले नजरी
कुंचला चित्र काढता थरथरी

सूर्याप्रती पाहता मिटे नजर
रूप देखता तेथे जुळती कर
तेजाचा सामना कसा करेल नर
पाहुनी आत्म तेज प्रकटे अंतरी
कसे ते दिव्य भरले नजरी

दाहक अग्नी जिथे प्रकटला
स्वाहाकार करुनि यज्ञ मांडला
मनी चिंतीता जया पालट झाला
लीलया सारे भक्षण करी
कसे ते दिव्य भरले नजरी

अगणित असे पृथ्वी पसारा
अगाध पसरला समुद्र सारा
वेगे वाहे वादळ वारा
थक्क मी महाभूतांच्या द्वारी
कसे ते दिव्य भरले नजरी

वादळा परी वेगे धावले
संघर्षाचा अग्नी पाडले
विचार जयांचे तेज जाहले
जयांनी लावली भूषणे शिरी
कसे ते दिव्य भरले नजरी

तमस

तमस हा दूर करी ईश्वरा
प्रार्थना जुळवुनी दोन्ही करा

जडत्व अंगी उठता बसता
चपळता लोपली सर्वथा
प्रकटो उत्साह मम् चित्ता
ना देई ठाव त्या नकारा
तमस हा दूर करी ईश्वरा

तमस बैसला माझ्या मनी
विषयाप्रती दौडे झणी
संवाद सोडूनि क्रोध क्षणी
सात्विकतेला दे तू थारा
तमस हा दूर करी ईश्वरा

निद्रिस्त भासे सदैव मती
मनन जेथे अशक्य ठरती
नव विचार ना जेथे शिरती
मंथन होउ दे बुद्धी द्वारा
तमस हा दूर करी ईश्वरा

ना मी होई शब्दाविण व्यक्त
लालसा दाटे मनात फक्त
अंतरंग हे झाले अशक्त
नव संजीवनी दे मज सहारा
तमस हा दूर करी ईश्वरा

पुष्प

रश्मी समूह पुलकित करतो
कोमल पुष्प ते वेलीवरती
खुलले हसरे स्वभावतः ते
रक्त वर्णी मनास सुखवते
उग्र फांदी अती भेसूर वाटे
तीक्ष्ण टोकावर पिवळे काटे
परी कोमल फुलास धरती
फुले तिच्यावर कशी उमलती
त्या फुलाच्या पराग मुखातून
लांब जिव्हा जणू आ वासून
जणू प्रकटली बंधन सोडून
भ्रमर त्यावरी करिती गुंजन
काटेरी अंग कठीण भ्रमराचे
फुलास आकर्षण बहुत तयाचे
भ्रमर चुंबितो जिव्हा फुलाची
पुष्प आलिंगतो घडी प्रणयाची

रोबोट आणि राक्षस

राक्षसा भोवती होत एक वलय
गूढ, भयंकर, अक्राळविक्राळ असं
रोबोट तसा सोफिस्टिकेटेड
पण चुकला तर दुसरा राक्षसच
राक्षस होता हाडा मासाचा माणसा सारखा
रोबोट आहे सर्किट अन वायरच्या गुंताळयाचा
दिसायला दोघेही माणसासारखेच
राक्षस असायचा रोज आजीच्या गोष्टीत
अन रोबोट आहे सिनेमा टीव्ही मालिकांमध्ये
वावरतो उघड माथ्याने जगात
राक्षसाला लागायचं चांगलं क्विंटल भर खायला
जंगलामध्ये मोठ्या गुहेत मस्त राहायला
राक्षस मुंज्या म्हणून बसून राहायचा पिंपळाच्या झाडावर
वा एखादा ब्रम्हराक्षस बनून
रोबोटला कधी पाय असतात कधी चाक
तो सुद्धा रूप आकार बदलतो राक्षसासारखा
रोबोट तसा कुठेही राहील अगदी पृथ्वी बाहेर
राक्षस कधी चंद्रावर गेल्याच आठवत नाही
सगळे राक्षस केवळ वाईटच नव्हते
त्यात काही निवडक चांगलेही होते
रोबोट मात्र हळू हळू शिकतात माणसाकडून

गनिमी काव्यानं घेतात सगळं हेरून
अन एकदा माणसाचं नियंत्रण सुटलं
कि मग वागतात राक्षसासारखच
असे म्हणतात राक्षस माणसाला खायचे
रोबोट माणसाला नेम नाही संपवतील
राक्षसाला लांब टोकदार शिंग असायचे
राक्षसात खूप शक्ती असायची
आता रोबोट ला अँटेना असतो
अँटेनातून तो माहिती खेचून घेतो
रोबोट मध्ये खूप ज्ञान आहे
ज्ञानाचा भस्मासुरच जणू
जर ते माणसावर उलटले तर
आता रोबोटच मॉडर्न राक्षस
आजकाल आजी सुद्धा मुकी बनली आहे
टीव्ही समोर बसून आणि गेली गोष्टी विसरून
राक्षसाचा लोप होत आहे
आणि नवीन अवतारात रोबोट येत आहे

व्याकुळ

अगतिक वेली लपेटे
वृक्षास आर्ततेने
मन माझे तुझ्याभोवती
व्याकुळ भावनेने

शब्दास जोडू किती
भरल्या भावना जडतेने
काळजास तुझ्या भिडती
का शब्दाविण ही कंपने

धडधडते हृदय माझे
निःशब्द ते वेगाने
ठाव नसे तयाला
काळजाचे आक्रन्दने

असे ती जखम कोठे
खोल दडली मनात
त्रस्त करे मजला ती
शून्य माझ्या अंतरात

वर्ष

नित्य नवे वर्ष येते ऊन सावल्या देउनी जाते
आगमनाचा हर्ष मनाला नव पालवी जणू येते

वसंत राहो चीर तरुण हा उत्साहाचा जोमाचा
चित्तामध्ये चीर लाभो वाहता झरा चैतन्याचा

मागील साल झाले गेले अनुभव ते गाठीला
गतकालाने का धरावे आज दिवसा वेठीला

काळाने बांधले मानवा जन्मा पासून अंती
कुणास चुकले मरण तरी अमरतेची भ्रांती

दुःख असे अटळ अमर जे तीव्र हट्टी ना विसरी
काळामध्ये ते जन्म घेते अन संपते कधीतरी

खपली होऊन दुःख झडो वृक्षाच्या खोडाप्रती
नूतन सूर्य हवा पाणी जीवन करो नव निर्मिती

निसर्ग करो किमया सारी नवा आनंद शोधण्या
नवकाळ सदा खुणवतो नवा मार्ग मिळविण्या

शुभेछया असती मनस्वी मित्राच्या या साऱ्या
सर्वार्थाने वृद्धिंगत हो घे नव अवकाशी भराऱ्या

रुसवा

मूक रुसवा का असा तू बोल ना
उमलू दे तुझ्या अव्यक्त भावना

मज हिशोबी ना घडले काही
नजर रोखुनी तू डोळ्यात पाही

तरी का धरसी हा मूक दुरावा
का करतेस हा अबोल कांगावा

ना कळते मजला कसे समजावावे
उपाय सारे ना चाले काय करावे

शस्त्र तुझे अती तीक्ष्ण अबोला
हतबल मी स्वतः च हरला

हृदयाचे पुष्प करुनि तुज दिले
संशये ते का पदतळी चिरडले

अविरत मी तुज पाहण्या आनंदी
मी झालो उत्कट भावनांचा कैदी

मला ना ठावे बंदिस्त जगाची रीत
मुक्त न्यायास धरुनी जगावी प्रीत

जाया

शब्दांच्या जंजाळात हरवलेला अर्थ तू आहेस

विचारांच्या गर्दीत विसरलेली दिशा तू आहेस

भावनांच्या कल्लोळात बुडालेल प्रेम तू आहेस

व्यवहारी जगात हरवलेलं जगण तू आहेस

काळाच्या ओघातला उत्कट क्षण तू आहेस

माझ्या बेपर्वाई वागण्यातील सावधता तू आहेस

माझ्या बेफाम वागण्याला लगाम तू आहेस

मी जिथे पाहतो त्या दृश्यात तू आहेस

माझ्या उत्कट भावांची मूर्ती तू आहेस

थकल्या माझ्या मनाची स्फूर्ती तू आहेस

इवल्याश्या माझ्या अस्तित्वाची कीर्ती तू आहेस

क्षणोक्षणी जाणवणारी परम प्रीती तू आहेस

मी पाप तर तू पुण्याईची छाया आहेस

मला चेतवणारी माया तू आहेस

सतत चुकणाऱ्या माझी दया तू आहेस

अशी पूर्ण अर्धांगिनी जाया तू आहेस

सहेली

तू सहेली
आयुष्याच्या वृक्षाला
लपेटलेली एक
सदाबहार वेली
तू सहेली
जीवन पथावर
निर्देश देणारी
कोमल अंगुली
तू सहेली
स्वतः ऊन पाऊस झेलत
दुसऱ्यांना पांघरणारी
अदृश्य सावली
तू सहेली
काव्याच्या दुनियेत
प्रेरणा देणारी
बंदिस्त मनाची किल्ली
तू सहेली
प्रेम देणारी
टवटवीत गुलाबावरची
हसरी लाली

अगम्य

डोक्याचं मडकं तडकत चाललं तरी
ते घडवणारा कुंभार अजून सापडत नाही
तळपत तळपत अंगाचं खोड झालं तरी
उभारण्याचा अर्थ कळत नाही
विषयांची तपकीर ओढून सुद्धा
किती गुंतावे ते कळत नाही
जमिनीत रुतलो आकाशात पसरलो
कुणाशी काय नातं ते कळत नाही
कितीही खोलात गेलं तरी
मनाचा तळ सापडत नाही
कशाला घट्ट धरून राहणं
पसरत जाणं, खोलात बुडणं
झेपावणं तर कधी तरंगत जगन
चालत राहणं तर कधी धावणं
या पलीकडचं कोड्यातलं जीवन
गूढ कधी समजलच नाही

अबाधित

क्षण येतात क्षण जातात
काही रिते काही भारलेले
त्यांचं देखील अस्तित्वच इवलं
क्षणिक उल्हास देऊन जातात

ऋतू येतात ऋतू जातात
झाडांना बहार देऊन जातात
पतझडी नंतर देखील
झाडे तशीच उभी राहतात

तसा शिकलो मी उभा राहायला
आयुष्य नावाच्या रानात
पाय रोवून बघत
ऋतूंच येणं जाणं

स्वतः अबाधित राहून
क्षणांमागे क्षणांचं धावणं
काळाच आभासी अस्तित्व
जाणून शिकलो मुक्त होणं

काव्य

तरल माझ्या भावनांमध्ये
तुला न्हाऊ घालायचं होत
शब्दांचे मोती गुंफून
मला तुला सजवायचं होत

तुझ्या नावाचा जप करून
हृदयात ऐक्य साधायचं होत
कशाशी ते माहित नाही
पण दुसरं काही उरल नव्हतं

काव्याच्या स्वर्गीय दुनियेत तुला
कडव्यांच्या मेण्यातून न्यायचं होत
तिथे यमक साधून तुझं
उत्कट सुखी बघायचं होत

उमगलं नाही मला कधी
तुझ्यासाठी महत्वाचं उदर होत
माझ्या अलग दुनियेत मात्र
काव्य केवळ अमर होत

शोध

व्यस्त मी शोधात माझ्या
हरवलो कोठे दिसेना

लहरीत मी आनंदाच्या
वेदनेतही ही मी दुःखाच्या
संवेदनेत मी प्रीतीच्या
आवेगात मी गतीच्या

परी पाहता मला वेगळा
कधी ना दिसलो मी निराळा

स्मृतीत भ्रमतो गतकाळांच्या
स्वप्नांत रंगतो हव्यासाच्या
चिंतेत दाबतो क्षणिक जगाच्या
मार्गासाठी शोधात भविष्याच्या

गतीत कधी मी पावलांच्या
ना पाहिले मज मी पटलावरती

न जाणवलो स्तब्ध मला मी
श्रांत करण्या मला हवा मी
मनास माझ्या श्रमलेल्या
मार्गस्थ होण्या मला हवा मी

अदृश्य या देहातील मी
अव्यक्त समजण्या मला हवा मी

देहात्मा

हाडांचा सांगाडा
मासांचं आवरण
पांघरलेली कातडी
त्यात मी ....
रक्त नेणारं
शिरांचं जाळ
पेशीपर्यंत पोहोचलेलं
सर्वत्र मी........
अखंड श्वास
फुगणारी फुफुसं
धडधडणारं हृदय
त्यात मी........
बाहेरचे वातावरण
स्पर्श, गन्ध, सूर, रंग
मनातले तरंग,
केंद्रात मी........
स्नेही, सगे, सोबती
अस्तित्व विखुरलेली
सगळ्यात तरीही एकटा
अलिप्त मी........
पुण्य बजावणारा

पापाला भिणारा
हिशोबात मग्न
त्रयस्थ मी........
माझ्या भोवतीचे प्रश्नं
माझ्यातच सामावलेली उत्तरे
तरीही अनुत्तरित
कोण मी? ....
गाढ निद्रा
अस्तित्व वजा करणारी
अनाहूत येणारी जाग
शेष मी........
शेवटचा प्रलय
सगळंच गिळणारा
तरीही असेन
अदृश्य मी........

प्रभा

फुलांवरती पराग पसारा
परी न ठावे गाफील भ्रमरा
मधुरस माया भुलवे सहजा
निर्माण करते नवबीजा

सूर्य तळपे आव्हान सागरा
अवकाशी वाहे जलमय वारा
धरणीत झिरपती जलधारा
तेजात वाढे जीव पसारा

सर्वत्र भिनली अव्यक्त प्रभा
जी भ्रमर बीजांचा मेळ घाली
महाभूतांचा हा तर गाभा
लीलया सारी सृष्टी नटली

तीच प्रभा जी मला जगवते
तीच प्रभा जी तुला खुलवते
देह आपले असती गाभारे
जीवन प्रभा प्रेम बहारे

आनंद

मन असे रे अवकाश आनंदे घे तू भरारी
अजस्र सुंदर पंख बलशाली रे तू उभारी

अति लहान दुर्बल जीव तू त्रस्त होशी प्रतिक्षणी
कोंडून घेशी वृथा स्वतःला व्यस्त फेडता देणी

सूर्याभोवती फिरण्यासाठी नेमे बांधली असे धरती
आनंद संध्या हिरवळ त्यावर नवे नित्य दवबिंदू असती

आकाशगंगा प्रसन्न प्रभा ती शांत दृष्टी होई शीतल
चित्त चांदणे आनंद ध्यानी शांत तू हो निश्चल

सुख असो वा दुःख असो रे जीवनात ते नवखे सारे
काळ ओघ ते घेऊन जाई आनंद केवळ अंती उरे

मुक्त

पावलागणिक संपत होतं, विझत होतं
विस्कटलेला पाचोळा उडत होता,
वारा उलटा वहात होता,
गाव मागे पडत होता.

गावात वावटळ शिरत होती,
मान माघारी वळत नव्हती
वावटळीची गावाला सवय होती
विरागी पावलांना फक्त गती होती.

दिवसाचं सगळं अर्ध होतं
रात्रीच्या अंधारात किरकिरत होतं
उरलेलं अर्ध जागत होतं,
काजव्यांना जणू उमगत होतं

बुंध्याला पाठ टेकली होती
पायावर भक्कम सूज होती
लाल डोळ्यात भीती नव्हती
तृष्णा भूक वेगळीच होती.

वावटळी भोवती गाव फिरत होता
पालापाचोळा वर तरंगत होता
दिवस रात्रीशी फुगडी घालत होता
तो मात्र निश्चल होता.

चांदण्यांशी स्मित करीत
त्याच्यातला प्रकाश
अंधारातून वाट काढत
निघून गेला........

चिमणं

नवख्या जगात चिमणं बाळ
फुलांचा रंग टिपणारं,
आकाशाशी टक लावणारं
चिऊला बघून हसणारं.

कसलच त्याला कोडं नाही,
वेळेचं गणित नाही,
ओठ काढून रडणारं,
आईच्या कुशीत शिरणारं.

हसणारं कधी दचकणारं
आईला बघून रडणारं
दुधरा वास, ओघळ गालावर
मध्येच खुदकन हसणारं.

गोडगोड पापा देणारं
आजीशी बोलणारं
गोडगोड टॉनिक पिणारं
आजोबांना ओळखणारं.

मन त्याची कोरी पाटी
स्वच्छंदी रेघांचं त्यावर जाळं
झोप आली की रडणारं
बाबांच्या मिशीला भिणारं.

सगळ्यांचं हरवलेलं बालपण,
पुन्हा जागं करणारं
मोठे झाल्याचा आव आणून
बोलणं सगळं ऐकणारं

घरटे

चौकट एका चित्राची
किंचित तिरपी भिंतीवरती
कोनात पुरेशी पाहून जागा
चिमणी घरकुल घडवत होती

लवचिक तृण ते चोचीत धरुनी
धावे चिमणी घरट्या पाशी
हलके घरकुल तृणमय गोकुळ
बांधत जाई घरटे चिमणी

चिमुकले ते नुकतेच जन्मले
चिव चिव करिती कोलाहल ते
नाजूक चोची बाहेर वासूनी
वाट पाहती चिमणे भुकेले

प्रभात काळी किलबिल करिती
कुटुंब सारे त्या चिमणीचे
चोची मधुनी चोचीत जाई
अन्न ब्रह्म ते कणाकणांचे

कुणास ठाऊक का गोंगाटा त्या
घरचे सारे त्रासून गेले
कुणी सफाई करण्यासाठी
खाली घरटे उध्वस्त टाकले

फडफडले जीव मरून गेले
कुणी जन्माआधी अंड्यात फुटले
का? ते निर्जीव चित्र सजवण्या
जिवंत कोमल जीव मारले.

भेदरली चिमणी शोधे
छबडी पिल्ले भुकेजलेली
फटक पांढरे डोळे थिजले
कंपायमान ती चिमणी झाली

घरटे सुंदर माझे मोडून
का निर्जीव बेघर एकाकी केले?
किलबिलाट तो सुंदर आमुचा
व्यर्थ माणुसकीचे गाणे

वेध

आभास एका केंद्राभोवती अस्तित्वाची
वर्तुळे फिरत असल्याचा
आभास अस्तित्वाच्या केंद्रातील 'मी' चा
आतून काही सजान जागत असल्याचा
सगळं जगत स्वप्नमय भासवणारा
वेध अज्ञात 'मी' चा.

ते स्वप्नवत जग न्याहाळण्यासाठी
देह नावाचं यंत्र घेऊन फिरणारा
स्वतः अदृश्य सगळ्या पेशीत भिनलेला
स्वतःलाच मनात पाहणारा
बोलणारा, ऐकणारा, हसणारा, दुःखी कधी
वेध अज्ञात 'मी' चा.

सगळ्यांची अस्तित्वं विखुरलेली
त्या सगळ्यात एक मी असतो
दुसऱ्यांचा 'मी' म्हणजे तो, ती, ते
त्यांच्यात अस्तित्व विसरणारा
दुसऱ्यांसाठी गाफील होणारा, कधी उफाळणारा
वेध अज्ञात 'मी' चा.

चित्रमहाल

क्षणचित्रांचा संचय जीवन, सजवत जाई चित्रमहाल
त्रिकाळाच्या ओघात असती, अगणित वास्तू अतिविशाल

स्वप्नांचे बांधता मनोरे, कुणी वास्तव साकारले
वास्तवाचे प्रतिबिंब मनोरे, महालांत या जिवंत उरले

कुणी न गेले मागे धावून, क्षणांत गत ओलांडले
इतिहासाचे चित्र साजरे तरी कित्येकांनी केले

कित्येकांना घट्टे पडले आघात झेलुनी नियतीचे
त्या घट्ट्यांचे करडे ढब्बे, असती परी ते अश्रुंचे

निर्माणाला सर्वस्व वाहिले, चित्र तयांचे तेजाळले
जे रित्या क्षणांचे ओझे जगले, पुसल्यागत ते जणू जाहले

पस्तावले पाहून मागे वर्तन आपुले गतकाळाचे
फाडून त्यांनी मुद्दाम टाकले, पराभूत चित्र तयांचे

कित्येकांच्या प्रतिमा दिसती काळाच्या त्या पटलावरती
घटिका येता सावधतेच्या निःशब्द होऊनि जगा खुणवती

कित्येक हरले जिंकून सुद्धा दिले बळी कित्येकांचे
शृंगारलेले परी शर्मीत दिसे बेरंगी चित्र तयांचे

इतरांसाठी देऊन जीवन स्वतः रिकामा क्वचित कुणी
अद्वितीय ती प्रसन्न मुद्रा झळके साऱ्या चित्रांमधुनी

अस्तित्व

शीत चंद्रमा चित्तात उगवली
लहर शांत चीर स्पर्शून गेली
चित्ताकाशी दुधाळ चांदणे
अदृश्य आतले न्हाऊन गेले

रम्यचित्त अती गहन भासले
वास्तव विरले स्वप्नही सरले
सत्व बिंदू क्षणांत शिंपले
सारे असणे एकच झाले

बद्ध हस्त जे घेण्यात गुंतले
ते जीवनरज्जू विसरून गेले
गतीशील पद मतीत वळले
विराण विरक्त सुरमय झाले

शतदृष्टींनी चक्षु भरले
अदृश्य ते देखता चेतले
चेतनेत ते चिंब जाहले
लहर बनून लहरीत मिळाले

उन्माद खचला जाणिवेतला
नसण्याचा अवसादही तुटला
अर्थहीन त्या दिशाच झाल्या
अर्थपूर्ण त्या अस्तित्वाला

आभाळदर्शन

आभाळाचे रंग किती रे
घटके सरशी नवे नवे
पूर्वेला ते फटक उजाडे
आरक्त संध्या पाचारे

दिनकर येता तुटक मेघ ते
वस्त्र लेवती पीत तांबडे
निळेशार आभाळ पार्श्व ते
विशाल प्रसन्न स्मित पसरते

उग्र होऊनी भास्कर तळपे
तेजाने दृष्टीस परतवी
तरी निळे आभाळ शांत ते
मेघ पांढरे पावित्र्य दावी

संध्याकाळी पश्चिम रंगे
तृप्त जणू पिवळे पसरले
धरणी माते जीवन देऊन
रथ तयाचा काळ चाले

मेघ दाटती घण नीळे
सप्तरंगी धनु पसरते
दवबिंदूच्या सूक्ष्मदर्पणी
कधी आभाळ प्रतिबिंब न्याहाळे

नियती

अबोल नियती तू बोल ना
म्लान वदन हे तेजही गळले
शून्य चक्षू भाव संपले
विराट जीवन तांडव करता
स्वप्न चिरडे पदतळी

अबोल नियती तू बोलना
मनी आशेची पालवी फुटता
आशा निराशा दाटुनी येता
स्तब्ध दुरुनी तू पहात असता
मी हलवी तुज गदगदा

अबोल नियती तू बोल ना
हस्तरेखा करतळी बघता
कानी पडती शकूनवार्ता
हिंदोळे या मननौकेचे
पाहुनी तू स्तब्ध का?

अबोल नियती तू बोल ना
कल्पतरू तो झडुनी जाई
चिंतामणीही वितळून जाई
दुबळा माणूस चिरडून जाता
काय म्हणू मी तुला

अबोल नियती तू बोल ना
अगाध मन हे स्तब्ध जाहले
व्यर्थची तुजवर शब्द सांडले
तुझ्या मनीचा अर्थ सांगता
सारे जग थरथरले

सायंकाळ

तळपत राहून दिवसभर
पश्चिमेला झुकलेला भास्कर
क्षितिजाला सोनेरी पदर
त्यात श्रांत बनलेला दिनकर

समुद्राच्या लहरीवर विखुरलेलं
प्रत्येक लहरींनी वाटून घेतलेलं चिंब
अन् एकसंघ किनाऱ्याप्रत वाहत येतं
क्षितिजाचं अन् सूर्याचं सोनेरी प्रतिबिंब

किनाऱ्याला आस लागावी लाटांची
सोबत त्यांनी आणावे सोनेरी थेंब
वाळूत झिरपून त्याचं सोनं व्हावं
क्षितिजाचं ते सोनेरी रूप आपणही सजवावं

किनाऱ्यावर बसणाऱ्या सगळ्या स्वप्नाळूंना
स्वप्न सोनेरी जीवन होण्याचं
सोनेरी क्षण आपल्या जीवनात झिरपून
जगणं करावं रंगीत गुलाबी तुषारांचं

हळू हळू डुबत जाणारा दिनकर
सोनेरी दुनिया सोबत घेऊन
अंधारलेली हुरहूर सोडून जाणारा
काळवंडलेल्या किनाऱ्याला ओझरतं पाहून

हे असंच कालचक्रात बांधलंय
डुबल्यानंतर उगवण्याची वाट पाहाणं
स्वप्न फुलवणं उजाडताना
ते साकारणं तळपत्या उन्हात, पुन्हा सायंकाळ...!

संवाद

लवकर गुंता सुटावा म्हणून
चुकीचा धागा ओढला जातो
सगळा घोळ झाल्यावर मात्र
गाठींचा शोध सुरु होतो

खरी समस्या वेगळीच असते
भेडसावते मात्र सगळीकडून
गोंधळात केलेले अधाशी उपाय
उत्तराची दिशा टाकतात जखडून

आघात होतात मनावर कुठे
वेदना व्यापते सगळे विचार
समजण्या आधीच उत्तर जाते
मनातली कणकण पसरते बाहेर

मनाचे रोग साथीचे असतात
प्रतिक्रियेने पसरत जातात
मौनाने ते मनात वाढतात
अबोल्यानें चांगलेच रुजतात

उकल हवी तर संवाद हवा
उकलताना हात हळुवार हवा
संवाद स्वतःला सांगणारा हवा
दुसऱ्याचं ऐकून बोलणारा हवा

स्वतंत्रता

मुक्त हवा मज स्पर्शुनी जाते
स्वतंत्रता ती सांगून जाते
स्वतंत्र मार्ग ती शोधत राहते
स्वतंत्र जगणे शिकवून जाते

स्वतंत्र पाने सळसळ करती
जरी बांधली असली देठा
स्वतंत्र छंद जगण्यात माझ्या
जरी बांधते मज मर्यादा

स्वतंत्रता सन्मान आपुला
निसर्गसिद्ध तो आम्हास दिला
सन्मान दुजांचा दे स्वातंत्र्याला
जाणुनी आपुल्या मर्यादेला

प्रेम स्पर्श तू मजला दिधला
स्वातंत्र्य तुला मी हक्कात दिले
बळे जरी का तुजला जिंकले
स्वातंत्र्य मी पदतळी चिरडले

जीवन वजा जगणे होता
एकच उत्तर मरण असे
स्वतंत्रता विकता द्रव्याने
गुलाम जीवन ते मृत जगणे

स्वतंत्रता ती निसर्ग देणगी
स्वतंत्रता सन्मान दुजांचा
अमूल्य मूल्य ती स्वतंत्रता
जीवनार्थ ती स्वतंत्रता

जन्मदिन

काळाच्या या दौडी मध्ये, जन्मदिनाचा शृंगार,
मिळून सत्तावीस वर्ष ते, पुढले झाले स्वार.

हा दिनकर देई दीप्ती तुजला, पुढील सालांकरिता,
सालांचे हर नवखे दिसते, स्वरूप पाहू जाता

वाऱ्यासंगे दिन झोके घेतो, आनंदाने बेहोषीने,
सुमनांच्या मैफिलीत भटकून, करो सुगंधी जगणे

अनेक पाहिल्या पुढे पाहशील वर्षांच्या धारा,
निर्मळ होवो नित्य निरंतर तुझी हि जीवनधारा.

सृजन धरती फुलवे जीवन तिच्याच मांडीवरती,
कुतूहल सारे आणिक जीवन, सुंदर क्षण सोबती

अनंत पसरले अवकाश घेऊनि सृष्टीचा सोहळा,
तव चित्ताचे अवकाश पसरू दे, मांडुनी नात्यांचा मेळा.

देण्यासाठी अती लहान मी, लहान साऱ्यांपुढे,
एक श्रीफळ आधीच दिधले, पाहू पुढचे पुढे
माझी पत्नी सौ राखीस समर्पित

दुरावा

दुराव्याचे क्षण लोटताना,
धुंद व्हावंसं वाटलंच नाही,
हिरवळीचा स्पर्श होता,
मन मात्र विसावलच नाही.

संध्येला निरोप देणारे
आदळणाऱ्या लाटेचे तुषार
आठवणींचा वाढणारा भार
अन् अस्तानंतरचा अंधार

घट्ट छातीशी धरून वाटलं
तुझ्यातला कंप आवरावा,
मनातल्या ओझ्याचा भार
चार हातांनी उचलावा.

अबोल भिंती अन् एकटा मी
हुरहूर तुझ्या नसण्याची,
सोबत काही आठवणींची
घडीच्या मंद टिकटिकीची

अंकुर

वावटळीच्या घोंगाटात
जमिनीवरचं जड सुद्धा उडतं
विचारांच्या वावटळीत
स्थिरावलेल्या संस्कारांना
चित्तांत उन्मळून उखडलं जातं

पाळंमुळं जिथं रुजली होती त्यांची
जमिनीवर डोकावणारी खुरटी मूळ उरतात
अन् बेफाम वावटळीच्या मस्त डोक्यावर
विदीर्ण झुडुपं विस्कटतात

वावटळ संपल्यावर जे शांत दिसतं
त्यात जखमी हिरवं निर्जीव भासतं
पुन्हा नूतन अंकुरायला तिथं
ऋतूंच्या स्थितीतून जावं लागतं

मनाच्या वावटळीत, बदलांच्या हंगामात
संस्कारांच्या अनेक जन्मांच्या फेऱ्यात
नाविन्याच्या चाहुलीत अलगद जगावं लागतं
खत घालून वा उब घेत जुन्याच्या शेकोटीत

स्त्री

विशाल असशी इतकी जणू तू
गुरुत्व सारे तुझ्यान्तंरी
अवमान सारे अन्यायरूपी ते
सोसून सुमने तू बहरी

कर्ता सारे धारण करतो
परी निराळा होऊन जगतो
पसारा जणू तुझा असे तो
झटके फटके व्यथा तुज देतो

सहज सुंदर कोमलता मार्दव
सहानुभूती न दुजास दुःखवे
पवित्र सुंदर सहज सत्यता
वागता तुझ्यात जाणवे

भ्रमर होऊनी कठीण पुरुष तो
कणखर तुज़ला ग्रासे
त्याला जे ना भवले ते तो
तुझ्या चरित्रा फासे

सारे सुंदर जाते वाहुनी
निर्माल्य अथवा पाचोळा होऊनि
सुंदरतेचा बहर अल्प तो
का भविष्य त्याचे जाणे शोषूणी?

विक्षिप्त

विसंगत विचार लादलेले बाहेरून
विद्रोही काही आतल्या द्वंद्वांतून
बरेच बिघडत गेलेले विकारांत घसरून
बेफाम काही डोळसतेच्या हव्यासातून

माझ्यातीलच स्फुरण चेतनेचा खंड घेऊन
अलग अस्तित्व बनवत गेलेले माझेच विचार
हात पाय डोळे मनुष्याकृती (भूत) होऊन
करत होते माझ्यावर सपासप वार !

अश्रद्ध मन विक्षिप्त चित्ताभास
मला मीच सापडणं होतं दुरापास्त
हैदोस भुतांचा तांडणारा विकोपास
सारं व्यक्तित्व जगत होतं एका श्वासात

श्रद्धेची बीज पेरलेली न कळत
लता त्यांची पसरत होती सुसंगत
विखुरलेली सूक्ष्म मुळे विभक्त चेतना शोषीत
अखंड मी अभंग मी पुन्हा आहे घडत

रजनी

सांज प्रहर हा टळून गेला
पदभ्रमण करू चल प्रिये
एक चांदणी क्षितिजावरती
शशी आगमनातें सांगती

चंद्रकोर ती हळूच येईल
अगणित तारका ये सोबती
लुकलुकत्या त्या सुंदर टिकल्या
पहा कशा मश्गुल होती

झुळूक बनून स्पर्शुनी जातो
उबदार हा गंधीत वारा
पिंजल्या मेघातून पहा वरती
चंद्र धावे संगे शीतलता अन् गती

दुधाळ चांदण्यांखाली पिंपळ
पहा पर्ण ते करिती सळसळ
निशिगंधाचा सुगंध दरवळ
श्वासात राहू दे साठून केवळ

घटकेसाठी इथेच थांबून
धुंद होऊन संवाद करू
शहारलेल्या निशेत मिसळून
सहजीवन ते धुंद गाऊ

प्रतिबिंब

जगाचं प्रतिबिंब
मनाच्या तलावात
तुषारात चिंब मी
अस्तित्वाच्या आवेशात

स्वतःबद्दल पाहिलेली
प्रतिमा मीच माझी
कधी तरंगावर विस्कटणारी
कल्लोळात कधी हरवणारी

सगळे अनुभव माझे
प्रतिबिंब बनून साठतात
माझ्यातूनच कुठेतरी
तलावातील झरे पाझरतात

आवेश लहरींचा स्वच्छंदी
माझा तळाशी शोध घेणारा
कधी एकताल धरणारा
कधी बंड करून उठणारा

इथे दुसरे कुणीही नाही
संवाद फक्त प्रतिमांशी
अदृश्य माझ्या अस्तित्वाचा
संबंध झऱ्याच्या उगमाशी

अमृता

सार्थ हो अमृता तुझे ते नाव अमृतधारी
विजयी हो विजय मुकुट नित्य मिरवे शिरी

बाल्य मुद्रा गहण विचारी नेत्र तेजस्वी
तेज फाको असंख्य दिशांनी तू हो तपस्वी

चौकटीची नसे मिती जे विचार स्वयंभू असती
स्वतंत्र प्रतिभा जिथे विराजे ती मूर्तिमंत सरस्वती

निर्माणाची प्रतिभाशक्ती कल्पना, तर्क अन् स्मृती
दिव्य दावी प्रज्ञा प्रतिभा तुझ्यात जागो शक्ती

कणाकणाने ज्ञान वेचता विसर पडू दे तुला स्वतःचा
विकार आडवे न ये मार्गा मी पण विसरून जाता

लक्ष्य स्थिर जे अचूक नेमे सहज टिपे ती एकाग्रता
सहज देई मनास शक्ती प्रबळ ती उदात्तता

सतत प्रवाही वहात असता पवित्र सारे होऊन जाई
प्रवाहशील मन, विचारशील जे नित्य निर्मळ होई

संवर्धन हो ऊर्ध्व दिशेला व्यापक हो दृष्टी
आनंद राहो सदैव चित्ती, अमृताची सृष्टी

माझी भाची सौ अमृतास समर्पित

मर्यादा

बेरीज वजाबाकी मिळाल्या न मिळाल्याची
काही सोडून दिल्याची, काही देणगी नशिबाची,
शिल्लक आजच्या अस्तित्वाची
सोबत तणावांची, काही मृदू सईची

बचत थोडी केलेली, कर्ज काही मित्रांची
काही न फिटणारी, काही चक्रीव्याजांची
दिवसागणित वाढणारी कोडी जगण्याची
काही स्वतःला घातलेली, काही इतरांची

आकारणारे बदल, कधी हळू कधी क्षणात
काही पथ्यावरचे, काही गिळणारे,
काही कढवणारे, काही कापूस पिंजावा तसे,
आदर्श वास्तवाची रस्सीखेच, कधी ब्रम्हानंद

बरोबरचा कुणी मोठा झाला, कुणी लहान
काही ओळख काढणारे, काही विसरणारे
मित्रांचा कधी त्रिकोण, कधी चौकोन, आणिक कोण कोण
काहींशी समांतर, काहींशी जुळण्याची वाण

कधी खाऊन बिघडलं, कधी पाठीला पोट
कधी जगणं मातीमोल, कधी गौरवाचा कळस
कधी साथ शहाण्यांशी, कधी वेड्यांशी गाठ
कधी रात्र प्रियेची, कधी नुसती बदलणारी कुस

सगळ्यांची मर्यादा दिसली, कधी सगळं अफाट
कधी चाकोरीतलं चालणं, कधी मोकळी वाट
जन्माआधी काय? नंतर काय? किती तरी काय काय
शेवटी मृत्यू एक सत्य कशाचं काय.

अपूर्ण

कणाकणांत सौंदर्य होतं
क्षणाक्षणांत सुख होतं
अंतर्मनात मात्र संतापाचं काहूर होतं

तारुण्याचा रंग होता
हृदयात तरंग होता,
मीच्या बुडबुड्याला
कसलाच गंध नव्हता

पुस्तकात सत्व होतं
जगण्याला आव्हान होतं
कानात कळीची फुंकर
काय ऐकावं कळतच नव्हतं

जगात फार दुःख होतं
कवितेसाठी खत होतं
पण उन्नत डोळ्यांना
काहीच दिसत नव्हतं

बाहेर सगळं अफाट होतं
मन फार अगाध होतं
काहीतरी जवळ करावं
नियतीलाच मंजूर नव्हतं

बाजार

गावातल्या झकपक गल्लीतले बाजार
आकर्षक थाटलेली दुकाने अन् फेरीवाले
लोकांचे भरलेले खिशे, भरत चाललेल्या पिशव्या
बाजारातल्या बाचाबाचीत
विकणाऱ्याला विकायचं असत
अन् घेणाऱ्याला घ्यायचं असतं
ओढाताण होते ती किमतीची
जाणूनबुजून वधारलेली, जाणून बुजून घटणारी
माणुसकीच्या बाजारातलं सगळंच निराळं
इथं कुणाला काही द्यायचं नसतं...
कुणाला काही घ्यायचं नसतं...
फक्त बाचाबाची ना घेणं ना देणं...
प्रत्येकाला स्वतःचा 'मी' वधारायचाय...
अन् दुसऱ्यांचा 'मी' फसव्या आक्षेपात घटवायचाय
ओढाताण मी साठी 'मी' ची 'मी' न केलेली...
माणसानं मांडलेला माणुसकीचा बाजार
कुणासाठी कशासाठी कुणास ठाऊक...
उगाच भरवलेला फसवा झगमगाट...
लटक्या लगबगीचा, रिकाम्या पिशव्या घेऊन
रिकामे गाडे. रिकामी दुकाने रिते खिशे...
कशासाठी हे सारे...

जिथं तिथं हाच बाजार
याला ना वेळ ना वार...
माणुसकीचा बाजार

घड्याळ

हृदयाची टकटक
माझ्यात एक घड्याळ
सगळी चक्र फिरवणारा मी
नियमांनी घातलेले पीळ

किल्लीनं भरलेली ऊर्जा असते
काट्याला फिरवत ठेवणारी
मी पण बनलोय जणू घड्याळाचाच भाग
वेळेच्या भुताची जणू मनावर स्वारी

सगळं फिरत ठेवल्यानं
मनात कंटाळवाणी कळ
कधी विसंगतीत फिरल्यानं
सारं वाटतं विफळ

कधी विस्कटतं टकटकीच्या तालावर चालणं
कशासाठी सगळं गुंतागुंतीचं जगणं
वेदना जाणवत असताना हसणं
जगन सोडवत नाही म्हणून रडणं

उद्वेग

निर्जीव पाण्याचं रसायन शिंपडून
यत्न मनाला जिवंत करण्याचा
व्यर्थ आठवणीत अन् स्वप्नांच्या आभासात
प्रयत्न उगाच जगण्याचा

वाटले उरलेल्याशी संबंधच नाही
बुद्धी नि मनाचा फक्त कोड्यांशी कोण
माझ्याशिवाय कोरलेला
कसा हा विचित्र चौकोन

खर्चाच्या आधीच रितं झालेलं
भांडवल जीवनाच्या तीन अक्षरांचं
तेल घालून तेवत ठेवायचं
अन् जगायचं जगणं उद्वेगाच

प्रत्येक क्षण जड झाला
तरी श्वासाबरोबर गिळायचा
कशात काही नाही समजलं तरी
उगाच प्रयत्न वळायचा

काहींची राख तर काहींचे भस्म
नकली आनंदाचा उल्हास मनाला
नाटकावर नाटकं रचून का होईना
शेवटी हवंय जगायला.

अवसाद

वेदनेच्या गतकाळातल्या ओळी
विस्मृतीने रेघ मारून पुसल्या
अनुभवांची उजळणी करताना
पुन्हा त्या ठळक बनल्या

जगण्याचे नियम घातल्यावर सुद्धा
शंकांनी काहूर केलं
चढाची सवय झालेल्या मनाला
पुन्हा दरीत नेलं

नियमाला अपवाद म्हणून
त्यांची मांडणी वेगळी केली
पुन्हा मनाला आवरताना
तुटीची बाजू वाढत गेली

जगण्याचं अमिश कमी पडलं
तरी ते पुरत होतं
आशा निराशेच्या द्वंद्वात
मन मात्र चिरत होतं

जात

निखाऱ्यांच्या ठिणग्यांना
स्फुरण असते क्षणभंगुर
आपापल्या दिशेत जाऊन विझणारी
प्रत्येक ठिणगी स्वतंत्र असते
आपल्याच लयात स्फुरण जगते
अन् लयलोप पावून राख बनते
कुठल्याही ठिणगीला जात नसते
तारांगणातले तारे जणू
अनंत काळापासूनच्या ठिणग्या
सृष्टीच्या आद्यात स्फुरलेल्या
माहित नसलेल्या कृष्णविवरात जाणाऱ्या
कला असते, गती असते, प्रभा असते
आपापल्या दिशांत भ्रमण असते
कुठल्याही ताऱ्याला जात नसते
मिलनातल्या ठिणग्या नरमादींच्या
चेतनेने स्फुरण पावलेल्या
गतीशील जगतात क्षणभंगुर
स्वतंत्र कला जीवनप्रभा
आपापल्या पद्धतीने जगणाऱ्या
अनंतात समर्पित होणाऱ्या
कुठल्याही मानवाला जात नसते.

स्वप्न

तारांगणातल्या ताऱ्यांना
फुल व्हावंसं वाटतं
म्हणून लुकलुकत ते
धरतीकडे बघतात.
त्यांच्ये स्वप्नाळू विचार
आभाळमय चित्तात
ढगाळलेले तरंगत राहतात
धरतीच्या शीतल सृजनतेला
ते ग्रीष्मात ग्रासून टाकतात
ते उग्र गरजणारे कधी
प्रकाशस्वप्न विद्युत उन्मादाने क्षणात
अंधार लखलखून उजाळतात
अन् ताऱ्याचे रुदन काळोखात
धरतीच्या लेकरांत भयंकर माजवतात
धरतीचे अश्रू उषेला तरळतात
तिच्या सहानुभूतीचे अश्रू
जणू पाकळ्यांवर पसरतात
फुलावरचे तारे की
ताऱ्यांनी घेरलेली फुले की
स्वप्न सहानुभूतीत आकारलेले.

प्रीतमुर्ती

विरह व्यथा तुज करते व्याकुळ
प्रियतम प्रतिमा मनात केवळ
कधी हसते, रुसते वृत्ती अवखळ
स्मृती वेदना ग्रासे मनतळ

लुब्ध मन माझे, प्रीती मनाची
सांधे त्यांना भावजल निर्झर
नितळ डोळे रूप मनोहर
हे देखावे असती वरवर

मातीतून वाढे जीवसृष्टी सारी
सहज लक्षण भुलवे नर-नारी
मनांत अंकुरे ती प्रीती न्यारी
उत्कट दृष्टी संवेदना जागवी

प्रीती मनातील प्रतिमांवरती
प्रतिमा ते घडवे काव्य स्फूर्ती
असुंदर त्याजुनी घडवे मूर्ती
वास्तव नसे रे ती मनोमय मूर्ती

सोड मना ती विरह व्यथा
ही माया सारी अगम्य गाथा
सृष्टी नटली गा तू निसर्ग गाथा
प्रीतमुर्ती पावन तेथे टेकवी माथा

मायावी

सगळ्या वस्तूंचा डोळ्यांशी कोन
आकाराचे आभास असणं गौण

माणसांकडं बघण्याचे सामाजिक दृष्टिकोण
प्रतिष्ठेचे आभास माणूस गौण

वास्तवाचं आकलन, मायावी पटलातून
निसर्गानं आच्छादलेलं तर कधी जाणूनबुजून

वेड वास्तव वास्तविक बघण्याचं
इंद्रियांच्या खिडक्या तोडून सत्य जाणण्याचं

कल्पनेतलं भ्रमण कलेच्या पंखांनी
मायेला मुजरा करून, वास्तवाला गवसणी

कालौघ

बाळाच्या मनाचं बीज......अंकुरत चाललेलं
हसऱ्या छटा चेहऱ्यावर फोफावणारं......तेजस्वी
नव्या जगातली नवनवीन चित्र टिपणारं......कुतूहलानं
जणू मुळांनी पाणी शोषून वाढत जावं......जमिनीत
अन् अनुभवांच्या रोपट्यांना कोवळी पानं यावीत......पिवळट हिरवी
किशोर झुडूप जमिनीवर अवखळ, वाढलेली टवटवीत पानं......
जमिनीत बिजाची फोफावणारी मुळं......ओलाव्याच्या शोधात
हवेशी खेळणारी पावसात भिजणारी किशोर पानं
वाऱ्यासंगे मस्ती करणारी अवखळ......नादान पानं......!
प्रकाश शोषत हिरवी बनणारी पानं......अधिक अनुभवी
कोमल कळीच्या आगमनाने किंचित स्थिरावलेली......लाजरी
कळीला फुलवण्यात गुंतलेली पानं......मुळं......स्वतःस विसरलेली
नकळत उमलत जाणारं फुल......अगदी टवटवीत
बालमनाच्या बीजाच्या फुललेल्या साऱ्या छटा त्या फुलात......पुनश्च्य आलेल्या
त्यांच्या मधातली असंख्य परागकणं......भ्रमराच्या प्रतिक्षेत
परागसिंचनातून पुनश्च्य बीज धारण केलेलं फळ......बीजगर्भ
त्या बीजाचा वृक्ष कसा असेल कुठे असेल किती वाढेल......कोडंच!
काळाचा ओघ त्याला ठेवेल कि खुरटून टाकेल......ओघात
त्याची फळं गोड, कडू, आंबट कशी असतील......तारणारी वा मारणारी
बाळाचं मन बीजमय, काळाच्या स्वाधीन ......त्रिकोणी कोडे

बाहेरचं शोषून बहरत जाणारं......आतून
ते पर्ण धारण करेल की काटे......वा दोन्ही
त्याची फुलं, फळं माणसांची औषधे कि खाजरं वीष
आज असं तर उद्या तसंच सांगता नाही येत......काळच उत्तर

दुःखा

नकोस दुःखा वितळून जाऊ
अश्रूंच्या त्या थेंबामध्ये
विदीर्ण अहं तो करुनि टाक रे
मर्म मनाला कळों तुझे

दृश्य हो तू सहज मजला
मदांध माझ्या चक्षूंना....
पाझर फुटूं दे तुला जाणता
बधिरलेल्या मनास माझ्या

कोसळशील तू जेंव्हा मजवर
कंप फुटतो मनास क्षणभर
काळात सारे निघून जाते
भरडवणारे मला ते जाते

अहं उठतो पुन्हा जागुनी
पुनश्च्य दोष ते सवे घेऊनि
का अवयव जणू ते 'मी' चे असती
कंपात तुझ्या ना निघून जाती

धारिष्ट्य नसे रे मनात माझ्या
प्रार्थनेतही तुला मागण्या
उपकारी तू असशी इतका
संवेदनेत तू वसशील का?

जीवात्मा

डोंगराच्या माथ्याला ढगांची काळीकुट्ट गर्दी
उरात धडकी भरल्यागत स्तब्ध झुडुपं....
भविष्याच्या भीतीनं डोक्यात नको ती गर्दी....
उगाच चिंतेने निश्चल बनलेले अवयव....

त्या ढगांच्या गर्दीतून वेडीवाकडी चकाकणारी वीज
अन् धो धो बरसातीत नहाणारी झुडुपं....
कुठूनशी येणारी विचारांची तेजस्वी लहर
अन् झपाटून काम करणारे तेच अवयव
जूनं विदीर्ण वाहून नेणारं वहात पाणी

अन् त्या जागीं फुटणारे नवे अंकुर
सगळं विसरून कामाला लावणारं जीवन
नव्या क्षणाला नित्य नावीन्यान सामोरं जाणार

कधीतरी काळाच्या अनिश्चित प्रवाहात वाहून जाणारा
माहित नसणाऱ्या दुसऱ्या ठिकाणी जन्म घेणारा
मर्त्य देहधारी अमर जीवात्मा!

पुतळे

सगळ्या थोरांनो....
तुम्ही जेंव्हा चित्तेवर झोपला होता,
तुमचा श्वास थांबला होता,
नाडी धडधडून मुकी बनली होती,
हृदयाला अनंताची समाधी होती

प्राणज्योत फडफडून विझली, विझणारच
मनसुद्धा तुमचं फारफार मोठं झालं
मोठं झालं, मोठं झालं, अन्...
शेवटच्या वजाबाकीत शून्य येत नव्हतं
म्हणून ते देवासारखं अदृश्य बनलं
सतत ध्येयावरचे तुमचे डोळे मिटले

किंचित विसावले असतील
जीवन्मुक्त झाला तुम्ही
तिथंतरी स्वस्थ आहात का?

एकमेकांवर कुरघोडी करणारी माणसं
जाती-जातींत वाटलेली माणसं पाहून
तुम्ही अस्वस्थ झाला होता.
सगळ्यांना सांधण्यासाठी घाव सोसलेत...

कृतज्ञता म्हणून साऱ्यांनी पुतळे उभारले
विजिगिषु, अश्वारूढ, काही गंभीर ....
ते पुतळे देखील वाटले गेले
कुरघोडी करण्यासाठी विटंबले गेले
काही जाती पूजतात तर काही हिणवून जातात.

म्हणून स्वस्थ नसाल तर या इथं
जन्म नका घेऊ पुढचा
पण नक्की या,
आकाशातच रहा,

जिवंतपणी सूर्य चंद्र, तारे बनून होता तसे,
पण यावेळी वीज बनून या
खरंच या
ढगांच्या गादीत लपून राहा

अन् जिथे जिथे तुमचे पुतळे दिसतील
अनावरण व्हायच्या आधी,
त्यांच्यावर कोसळून
ते जमीनदोस्त करा

स्मित

पाहताक्षणी पसरणारं चेहऱ्यावरचं स्मित कुणाच्या
झळकणारं, आनंदी, मिश्किल, सप्राण, बाह्यावरण
कुणालाही भेटताक्षणी आहेरात येणारं, सहज
कधी आतून उमटणारं, नकळत अदृश्य होणारं, सवयीचं

असंच एकदा भासलेलं निष्प्राण चेहऱ्यावरचं
जणू आतून प्राणासकट निघालेलं, निर्विकार
किंचित झळाळीचं पोकळ तरंगणारं, कससंच
रितं हास्य किंचित विस्कटलेलं, अचेतन

अन् एका शिल्पाच्या चेहऱ्यावर पाहिलेलं, कोरीव
प्रत्येकाला आपल्यासाठीच आहे वाटणारं, लबाड
निर्जीव चेहऱ्यावरचं पण खरंखुरं हसणारं, सप्राण
वाटावं आतूनच येतंय, शिल्पकारानं भरलेलं, प्राण ओतून

मुलांच्या चेहऱ्यावरचं, अर्थानं रितंच परंतु, बालिश
दूर जाईपर्यंत तसंच तरळत राहणारं, चिरंजीव
कुणालाही भेटल्यावर स्वागत करणारं, प्रेमाचं
आतून येणारं, बाहेर फुलणारं, बहरणारं, अप्रतिम

अंतर्बाह्य चिरंजीव, सप्राण, चेतन, खरं
स्मित मी पाहिलं, तपोज्ञानी वृद्धाच्या मुद्रेवर
केवळ स्मित ते होतं बोलणारं, जाणकार
सुरकुत्यातून किंचित चमकणारं, अमर

संवेदना

प्रौढांहुनी प्रौढ, मतीची लेकरं
असती विचार, अति तीक्ष्ण
सोडूनि ते तीर, भावनेचे नीर
सदा वाहवती, संवेदना ॥ १ ॥

मृदुशील मना, रुतले ते तीर
बळावली तिथे, संवेदना
ढोंगी सहानुभूती, लावी हातभार
सांगे कर्तव्याते, संवेदना ॥ २ ॥

बेहोष मी होई, स्वतःच्या धुंदीत
अनाहूत हाक, देई संवेदना
हतबल मन, नाकारले धर्मा
दाखवे प्रतिबिंब, तीच संवेदना ॥ ३ ॥

जननी काव्याची, देई जाणीव भावना
जाणवी उद्देशा, सातत्य जीवना
सुंदर सुमने, मनाच्या अंगणी
वेचता जाणवी सुख संवेदना ॥ ४ ॥

ज्योत एक चेतता, असंख्या चेतवी
संस्कृती प्रकाश, देई संवेदना
आत्म्याचा किरण, प्रकाशवी मना
स्मृतीमध्ये नित्य, राहो संवेदना ॥ ५ ॥

प्रीत

सुटल्या नभातून
झरझर धारा
गंधारल्या राती
बेधुंद वारा

निद्रित वल्ली
वृक्षांचा पसारा
निद्रित माणूस
जग हा सारा

थयथय नाचे
का सुशांत जगती
एक सोबती
अवखळ वारा

किंचित गर्जे कुठून
की धडकन हृदयी सरीच्या
कटात सामील लटका वारा
कि शोधात निघाला प्रीतीच्या

निशांत कामिनी रातीला
प्रेमी मी दुभंगलेला
का विचारू
तो कुठे निघाला

मधुरस

मधुरस या जीवनाचा
मधुरस या जीवनाचा ॥ धृ ॥

रंग गभस्ती उधळी पाश्चिमा
सुगंधी वारा दिशांत उधळला
हर्ष लहरी नसांत शिरल्या
करी धुंद या मना
मधुरस या जीवनाचा ॥ १ ॥

भारुनी टाके बुजरी अबोली
खट्याळ गुलाब तो भारा शमवी
हरल्या व्यथा अन् सरल्या चिंता
चुंबिता पारिजातका,
मधुरस या जीवनाचा ॥ २ ॥

टपटप थेम्ब ते पडती तरुवर
दवबिंदूंचा सडा महीवर
अवखळ बालक पिटता टाळ्या
उधान येई मना
मधुरस या जीवनाचा ॥ ३ ॥

इंद्रधनुचे रंग नभावर
निळे पर्वत क्षितिजाजवळी
पक्षी समूह तो फिरे आकाशी
फुटले पंख या मना
मधुरस या जीवनाचा ॥ ४ ॥

इंदुरस तो चकोर चाखतो
घरट्याजवळी धावे चिमणी
या साऱ्या मधी मिसळून जाता
तृप्त हो तू मना
मधुरस या जीवनाचा ॥ ५ ॥

सहस्रक

सहस्रका तू यावे घेऊन
विविध तरंग ते आनंदाचे
क्षितिजावरचे रंग तुझ्या रे
बनोत अंग ते आयुष्याचे

सप्तरंग ते मिसळून जाता
प्रकाश निरंगी दृष्टी दाता
भिन्न जीवनरंग मिसळुनी
ज्ञान प्रकाश जो दावे अर्था

शिशु जावो खेळात हरवूनी
तरुण झपाटो ध्येयांनी
वृद्ध हरखो चित्र पाहुनी
कौमार्य ते ज्ञानार्जनी

असंख्य सहस्रके आली गेली
घेउनी आपले नित्य रूप ते
युद्धाची, शांतीची अन् मंथनाची ती पर्वे
सारस्मृतिगत सहस्रकांच्या सदैव पथदर्शे

सहस्रकाची सुरुवात पहिली
अनंतकाळ जो कधी न थांबे
क्षण हा आम्ही टिपून ठेवला
वंदनास त्या सदैव त्रिकाला

भाऊ

भाऊ चित्तेवर विसावला होता
ज्वाळा आसमंतात विखुरल्या होत्या
तो अश्रू ढाळत होता
ज्वाळा तिकडे बघत नव्हत्या,

भाव उत्कट बनले होते
भेकड स्वार्थ निर्भय होता
अश्रूंना वाटा खुल्या होत्या
अश्रू ढळत होते, ज्वाळा भडकत होत्या,

त्याला भाऊ समजला नव्हता
भाऊ फार भोळा होता
तो प्रेमळ अश्रू काढत होता
भावाची भाकर ओढत होता,

भाऊचं सगळं त्यानेच घेतलं
ढोंगाचं बुजगावणं उभं केलं
पायात पाय घालून पाडलं
अन् ठेच लागल्याचं भासवलं

भाऊचा भोळा मेंदू तडकला
किंचित त्यावर हा हसला
धुराचा लोट त्याच्याकडे आला
तोंड फिरवून तो घरी गेला

नादब्रह्म

नादब्रह्म हे हाक देती
दुमदुमती आसमंती
मन होई तन्मय
तेजाळूनी आत्मज्योती
चित्ताकाशी प्रभा पसरली
समूळ निमाल्या तिमिर भ्रांती
मनः चक्षुने अंतरी वळता
विषय व्याप ते थांबती
अंतरी हा नाद बांधता
भ्रमर गुंज जणू सदैव गुंजला
अज्ञान अहं तो तेजात मावळे
मतीत चेतता ज्ञान तेज ते
अक्षर विचरे आसमंती
नादरूपी ते व्यक्त होई
आसमंत ते गायन करता
सृष्टि आद्य ते प्रतीत होई

हुंदका

मी तेथेच खिळून उभा राहिलो,
थबकलो,
चीत मनाने अन् घायाळ नजरेने,
जेंव्हा तुझ्याकडे पाहिले
तेंव्हा तुझे डोळे क्षणभर बावरले
अन् पुन्हा सावरून जमीनीकडे वळले.

तो क्षण आला तेंव्हा मी बेसावध होतो
अन् अनुभवताना मी मी उरलेलाच नव्हतो
तिथंच थांबायचं होतं पावलांना, मनाला
का कुणास ठाऊक उगीच वाटलं
कदाचित तुलाही.....

तो क्षण आला आणि गेला
देऊन एक आठवण
माझ्या मनात राहिला
एक तिळमात्र हुंदका बनून

मागे वळून पाहिलं तेंव्हा डोळयातला
चुंबक निष्प्राण होता,
अन् मनातला हुंदका
किंचित हलला होता

पंख

पंख दुखरे असले जरी
उडण्यात मौज असते
उडताना भान हरपलं तरी
उडणंच त्यावर औषध असते

विहंगम सगळं न्याहाळताना
विव्हळत पडलेली ती जागा दिसते
ओळख ठळक पटली तरी
वेदना मात्र फिकट वाटते

विहंगम राहणं सुरेख वाटतं
मला वजा सगळं दिसतं
हवेच्या झोतात अश्रू मिसळून
बोचरं मन अगाध भासतं

त्या भूतकाळातल्या वास्तवाचं डबकं
कुरूप कापलेले पंख फडकावणारा मी
अगतिक झेपावणारा
उडण्याची स्वप्न बघणारा...

तारुण्य

तारुण्याच्या धुंदीने जेंव्हा
उत्कट ताल धरला होता,
तेंव्हाच....
त्रिशूल नाचवत तांडव करणारं वास्तव
बेभान नाचत होतं
कदाचित तारुण्यसुलभ स्वप्नात असेल
परंतु.....
मी कोण
कशासाठी....
प्रश्न अन् उत्तरातलं अंतर सांधल होत.
वास्तवाचं हवेला कापणारं त्रिशूल,
उत्तरांचाही जणू अवमान करत होतं.

नेमकं कुणाशी एकताल व्हावं
हे समजायला फार वेळ लागला
रुद्रावत तांडव रुदन करवत होते
अन् वेडसर तरुण स्वप्न बेभान होते

क्षणात वाटलं ते त्रिशूल सरळ
आरपार या छातीतून का जात नाही?
पण तारुण्य उन्नत होतं
नव्हे ते प्रौढ होत होतं

हतबल

जीवनात उभं राहण्यासाठी
कमीत कमी खोड तरी कठीण असावं लागतं
हे वेलीला माहीतच नव्हतं,
म्हणून कि काय,
वृक्षानं झिडकारल्यावर,
त्याच्या पायथ्याशी,
निष्प्राण झाल्यागत,
असह्य पडून होती.

पण उभा राहाता आलं तरी,
फक्त कठीणच असून भागत नाही,
हे वृक्षाला माहीतच नव्हतं,
म्हणूनच कि काय
उन्मळून पडल्यावर
निष्प्राण होऊन तो
खरोखरच
निःश्वास झाला होता.

अनामिका

प्रतिमा तुझी रेंगाळते
भास पटलावरती माझ्या
साद ऐकू आतून येते
दुःखित आर्त स्वरांची

कंपीत तू भेदरलेली
घावात एका नियतीच्या
दुरून देऊ शकतो तुजला
केवळ लहरी सहानुभूतीच्या

नाते आपले विविध गहन ते
अनामिक हे नाव तयाचे
घरे असू दे अलग दुरी
मैत्री बंधन, विश्व घर त्याचे

ऊर्ध्व असे ती उदात्त दिशा मन
विकार अडवते उत्कट स्फूर्ती
श्रोत जयाचा आम्हास जोडी
सहज निरागस स्वतंत्र मैत्री

करडं

डोळ्यांच्या दोन झडपांमधून भिरभिरणारी
काकदृष्टी एकाच नजरेतून टिपणारी
दोन बाजू एकाच दृश्याच्या, एकाच भक्ष्याच्या,
मनाला जणू असाच डोळा असतो वास्तव टिपणारा
दोन कोनांतून भिरभिरत बघणारा... सुखावणारा, दुखावणारा
मनातच दोन मनं असल्याचा आभास देणारा,
त्याचं दर्शन फक्त चेहऱ्यावर ओझरतं होतं
खरं, खोटं, सत्य, भास, राग, द्वेष, प्रेम, मत्सर
स्वीकारण्याचं स्वातंत्र्य फक्त माझ्यातल्या मी ला
मनावर मतीचा अंकुश ठेवणारा मी
मी, मन, बुद्धी
एकाच देहातील त्रिवेणी संगम
हा संगम तरी किती विचित्र
ज्याचा जोर जास्त त्याचीच दिशा रास्त
कधी मी दुबळा बनतो मती हरते
निति, तत्वे राहतात फक्त प्रश्नचिन्ह बनून
अन् कधी मीच हरतो मनाला हाताळणारा हतबल
मनावर अत्याचारी दृष्टी रंग लादणारा विकारी काचांचे
कधी हिरवा, पिवळा, लाल, निळा, काळा पांढरा
एकाच रंगाचा अंतरिक अट्टाहास
मनाला पिळवटून टाकणारा

हा पीळच जणू बंड करून उठतो
अन् उकलताना सगळं काही गरगर फिरत जातं
एक वर्तुळ बनून
एक करडं वर्तुळ
ना भावना, ना हर्ष, ना खेद
करडं फक्त करडं
कशी सवय लावायची करडेपणाची
रंगीबेरंगी सवयीचे क्षण संपल्यावर
ना मला ना मतीला सुटलेला प्रश्न
फक्त बघत राहायचं, करडेपणा आणून...
करडं वर्तुळ

एकांत

सुरुवातीला लांबचा वाटणारा रस्ता
चालण्याचं भान विसरल्यावर
आपोआपच संपत गेला,
आशंकेनं पिळलेल्या मनाला
उकलण्याला मात्र उशीर लागला.

खूप वाट पाहिली होती
कुणी मार्गावर भेटण्याची
काही काळ सोबतीची
आंगत-पंगत शिदोरीची
प्रश्नांचा तगादा विसरण्याची

एकांताची बरीच चिडचिड झाली
पर्याय नव्हता म्हणून सवय झाली
चालणाऱ्या पायांची गाठलेल्या टप्प्यांची
पुढं दिसणाऱ्या रस्त्याची
एकांतात शिकलेल्या चार गोष्टींची

क्षणात बिथरलो, क्षणात थरारलो
एकांताच्या नृत्यांत गरगरलो
सवयीच्या झालेल्या एकटेपणाच्या
शेवटच्या क्षणी गहिवरलो
आठवणींची शिदोरी पुढे वाटत राहिलो.

ज्ञानमार्गी

अ पासून ज्ञ पर्यंत
क्रमवार अक्षरं....
अतः पासून इति पर्यंत
मांडलेल्या ज्ञानाच्या
क्रमवार पंक्ती....ओव्या.....
असंख्य पदांची सूत्रं.....
कारणांपासून परिणामांपर्यंत बद्ध
क्रमवार मांडणी.....
या साऱ्यांतून येणारी उत्तरं.....
टप्प्याटप्प्यानं सुटणारी.....
काहीशी अवघड वाटणारी
पण निश्चित उत्तरं देणारी
ज्ञानाचा हा कोष गाठीशी बांधून
मिरवणारं पांडित्य
आपल्या पावलांवर विश्वास ठेऊन.....
सरळ चालत जाणारं.....
ध्येयापर्यंत जाण्याची आंस बाळगून.....
फाजील गौरवाचा मुकुट घालून
सरळमार्गी मिरवणारं.....
व्यवहारात उतरल्यावर.....
कळायच्या आतच ठेचकाळलेलं

पायांचा सुटलेला तोल....
कधी हातवाऱ्यावर सांभाळला असेल
पण तो गौरवी मुकुट
नकळत गळून पडलेला.....
कळालासुद्धा नाही
तेंव्हाच जाणवलं.....
सर्वत्र विखुरलेलं असतं
ते फक्त वास्तव....ज्ञान नव्हे,
त्या वास्तवाच्या विस्तारात.....
अणूरेणूसारखी दडलेली भासमान कणं ज्ञानाची
क्रमाचा केवळ आभास घडवणारी
सूत्र, पद, पंक्ति, ओव्या.....
फार दुरून हेरलेली.....शब्द शृंखलाच
पांडित्याचा मुकुट गळाल्यावर
सावरता सावरता शेवटी सुटलेला तोल.....
निश्चेष्ट पडलेले हातपाय जमिनीवर.....
ज्ञानमार्गानं फिरलेला एक पूर्ण पण
निरर्थक ठरलेला गोल.....
शेवटी तसाच उठून.....
सापडतील ती कणं गोळा करत
कधीतरी असाच संपून गेलेला.....
केविलवाणा ज्ञानमार्गी.....

मनगा

शिथिल मना तू नकोस होऊ
भार वाहता जगण्याचा
थिजू नको तू ग्रासून जाऊ
भयात भ्रामक भविष्याच्या

शांती नसे जी निश्चल बनवे,
शक्ती जी थोपवी वादळा
विश्रांती ना झोपेत घोरणे,
समाधान मनांत प्रगटणे

धुंद नको हो उन्मत्त गाफील
लक्ष्य टिपता ना हो चंचल
अवसाद भावना कधी नको रे
श्रद्धेत निष्ठ तू सदा रहा रे

चित्त देई आनंद तुजला
उगाच तू भटकू नको
मती दावी दिशा तुजला
व्यर्थ शक्ति दवडू नको

www.ingramcontent.com/pod-product-compliance
Lightning Source LLC
LaVergne TN
LVHW061612070526
838199LV00078B/7256
9789364524117